# പ്രകാശഗോപുരങ്ങൾ

**Bodhi Books**
Nedumpana PO, Kannanalloor
Kollam - 691576, Kerala, India
E-mail: bodhibooks03@gmail.com
Tel: +91 9447304886

**PRAKASHAGOPURANGAL**
By PMN Namboothiri
*Motivation / Malayalam*

First Published: July, 2024

Typesetting: Bodhi Books
Cover & Book Design:
Chembarathi Creatives

ISBN: 978-81-19770-27-4

Production No. B-B-180-1-100-7-24



Printed and bound in India by
Repro Mumbai

# പ്രകാശഗോപുരങ്ങൾ

## സദ്ചിന്തകളും ദർശനങ്ങളും

പി.എം.എൻ. നമ്പൂതിരി

ബോധി ബുക്സ്
കൊല്ലം - 691 576

## പി.എം.എൻ. നമ്പൂതിരി

തൃശ്ശൂർ ജില്ലയിൽ ഒല്ലൂക്കരയിൽ പടിഞ്ഞാറെതടത്തിൽ മാധവൻ നമ്പൂതിരിയുടേയും ഉമാദേവി അന്തർജ്ജനത്തിന്റേയും മകനായി 1950ൽ ജനിച്ചു.

മെക്കാനിക്കൽ എഞ്ചിനീയറായി ബോംബെയിലും, ഗുജറാത്തിലെ വൽസാഡിലും, ബാംഗ്ലൂരിലും ജോലി ചെയ്തു.

50 കവിതകളും 25 ചെറുകഥകളും രചിച്ചിട്ടുണ്ട്. പലതും ആനുകാലിക പ്രസിദ്ധീകരണങ്ങളിലും ഓൺലൈൻ മാഗസീനുകളിലും ഇതിനകം പ്രസിദ്ധീകരിച്ചു വന്നിട്ടുണ്ട്.

കഴിഞ്ഞ മൂന്നു വർഷമായി ദിവസവും സുഭാഷിതങ്ങൾ തയ്യാറാക്കി ശ്രീമതി ഗീത കെ. നമ്പൂതിരിയുടെ ആലാപനത്തിൽ സാമൂഹ്യമാധ്യമങ്ങളിൽക്കൂടി പ്രചരിപ്പിക്കുന്നു.

രണ്ടു വർഷമായി അമേരിക്കയിൽ നിന്നും പ്രസിദ്ധീകരിക്കുന്ന "മലയാളി മനസ്സ്" എന്ന ഓൺലൈൻ പത്രത്തിൽ എല്ലാ ആഴ്ചകളിലും ശുഭചിന്തകൾ, അറിവിന്റെ മുത്തുകൾ എന്നീ പേരുകളിൽ ലേഖനങ്ങൾ പ്രസിദ്ധീകരിച്ചുവരുന്നുണ്ട്.

കൂടാതെ വേദങ്ങൾ, ഉപനിഷത്ത്, തന്ത്രങ്ങൾ, സംസ്കൃതം, ഭഗവദ് ഗീത, എന്നീ വിഷയങ്ങളിൽ ഓൺലൈനായി ക്ലാസ്സുകൾ നടത്തി വരുന്നു.

ഭാര്യ : ലളിത S. (ലളിതാംബികാ അന്തർജ്ജനത്തിന്റെ പേരക്കുട്ടി.)

മക്കൾ : വിനയ് നാരായണൻ, ശ്രീജയ് നാരായണൻ

വിലാസം : പടിഞ്ഞാറെതടത്തിൽ മന, ഒല്ലൂക്കര പി.ഒ.,
തൃശ്ശൂർ - 680 655.
Tel.Number - 9342628747
Email: pmn.namboothiri@gmail.com

# പ്രസാധകക്കുറിപ്പ്

ചുറ്റും ഇരുട്ടു നിറയുമ്പോൾ അകലെ തെളിയുന്ന പ്രകാശരേണു വലിയ പ്രതീക്ഷയാകുന്നതുപോലൊരു വായനാനുഭവമാണ് 'പ്രകാശഗോപുരങ്ങൾ' എന്ന ഈ പുസ്തകം വായനക്കാരനു പ്രദാനം ചെയ്യുന്നത്. കടുത്ത നിരാശയിൽനിന്നും ജീവിത നൈര്യന്തരത്തിലേക്കു വായനക്കാരനെ കൈപിടിച്ചുയർത്താൻ ശേഷിയുള്ളവയാണ് ഇതിലെ ഓരോ അദ്ധ്യായവും. മികച്ച വ്യക്തിയാകാൻ മാത്രമല്ല, വിജയിച്ച വ്യക്തിയായി വെട്ടിത്തിളങ്ങാൻ ഈ പുസ്തകം നമ്മെ സഹായിക്കും. ഹൃദ്യവും മധുരവുമായ ഭാഷയിൽ ലളിതസുന്ദരമായി പുസ്തകത്തിന് ആഖ്യാനം നിർവഹിച്ച ശ്രീ. പി.എം എൻ നമ്പൂതിരി തീർച്ചയായും  അഭിനന്ദനമർഹിക്കുന്നു. മലയാള ഭാഷക്ക് മുതൽക്കൂട്ടാവുന്ന ഈ പുസ്തകം ഏറെ ആദരവോടെ വായനക്കായി സമർപ്പിക്കുന്നു.

## സമർപ്പണം

ബാല്യകാലത്ത് പുരാണേതിഹാസങ്ങളിലെ മൂല്യബോധം തരുന്ന കഥകൾ പറഞ്ഞു തന്ന് എന്റെ മനസ്സിൽ ആത്മീയതയുടെ ബീജാവാപം നടത്തിയ എന്റെ പ്രിയപ്പെട്ട അച്ഛന്റെയും അമ്മയുടെയും പാദാരവിന്ദങ്ങളിൽ സ്നേഹാദരപൂർവ്വം ഈ പുസ്തകം സമർപ്പിക്കുന്നു.

# ആമുഖം

ഗ്രഹിക്കാനൊരു തത്ത്വം, ചിന്തിക്കാനൊരു വിഷയം, വിധിനിശ്ചയത്തിന്റെ വൈചിത്ര്യം, ജീവിതവിശകലനം, ആത്മശോധനത്തിനൊരു ഔഷധം ഇത്തരം വിഷയങ്ങളാണ് ഈ പുസ്തകത്തിലെ ഓരോ ലേഖനങ്ങളിലും ഉൾക്കൊള്ളിച്ചിരിക്കുന്നത്. വിശ്വപ്രസിദ്ധരായ പല ചിന്തകന്മാരുടേയും ആശയങ്ങൾ പലതും ഇതിലെ പല ലേഖനങ്ങളിലും പരാമർശിച്ചിട്ടുണ്ട്. ശങ്കരാചാര്യർ, വ്യാസൻ, വിദുരൻ, ഭർതൃഹരി എന്നീ മാഹാത്മാക്കളുടെ സൂക്തങ്ങളെയും ആനുകാലിക സമൂഹ്യപ്രശ്നങ്ങളെയും ഉൾക്കൊള്ളിച്ച് ആധുനിക ജീവിതത്തിൽ അവയുടെ പ്രസക്തി വെള്ളിപ്പെടുത്തുന്നവയാണ് ഇതിലെ ഓരോ ലേഖനങ്ങളും. ആശയങ്ങൾക്ക് കൂടുതൽ തെളിവും മിഴിവും നൽകി, ആവിഷ്കരിക്കുന്ന അനുഭൂതികൾക്ക് ഹൃദയസ്പർശിത്വം കൈവരുത്തുവാൻ ഇതിലെ ഓരോ ലേഖനത്തിലും ഞാൻ പരമാവധി ശ്രമിച്ചിട്ടുണ്ട്.

ഭാരതീയ സംസ്ക്കാരത്തിന്റെ ആധാരശിലയായിരുന്ന പുരാണ ധർമ്മസംഹിതകളെപ്പറ്റി ഇന്നത്തെ യുവതലമുറ അജ്ഞരാണ്. ആധുനിക വിദ്യാഭ്യാസപദ്ധതിയിൽ സന്മാർഗ്ഗബോധവും മൂല്യബോധവും നൽകുന്ന പാഠങ്ങൾ ഉൾക്കൊള്ളിച്ചിട്ടില്ല എന്നത് വളരെ ദു:ഖകരമായ കാര്യമാണ്. ശരിയും തെറ്റുമായുള്ള അതിർവരമ്പറിയാനുള്ള വിവേകബോധം യുവതലമുറയ്ക്ക് ലഭിക്കുന്നില്ല. സമൂഹരക്ഷയ്ക്കായി ജീവിച്ച മഹദ് വ്യക്തികളുടെ ചരിത്രം പുതിയ തലമുറയെ പഠിപ്പിക്കുന്നില്ല. ഇതിഹാസപുരാണങ്ങൾ നൽകുന്ന ദിശാബോധം ഇന്നത്തെ തലമുറയ്ക്ക് അന്യമായി.

ജീവിതത്തിന്റെ വഴിയിൽ വെളിച്ചം വിതറുന്ന പ്രകാശഗോപുരങ്ങളായിട്ടാണ് ഇതിലെ ഓരോ ലേഖനങ്ങളും ഞാൻ തയ്യാറാക്കിയിരിക്കുന്നത്. ഇതിൽ കൂടി നന്മയുടെ ചിന്തകൾ ജീവിതവിജയത്തിന് ഉപോൽബലകമാകണം എന്നതാണ് എന്റെ ഉദ്ദേശവും ആഗ്രഹവും.

എന്റെ ഈ പ്രകാശഗോപുരങ്ങളായ ലേഖനങ്ങൾ പുസ്തമാക്കുവാൻ പ്രോത്സാഹിപ്പിച്ച എന്റെ പ്രിയ ശിഷ്യ ശ്രീമതി വിജയശാന്തനോടും, എന്റെ ലേഖനങ്ങൾ വായിക്കുന്ന ജ്ഞാതരും അജ്ഞാതരുമായ അനേകം വായനക്കാരോടും ഞാൻ കടപ്പെട്ടിരിക്കുന്നു. അവരുടെയെല്ലാം സ്നേഹാശംസകളാണ് എനിക്ക് ഈ പുസ്തകം പ്രസിദ്ധീകരിക്കാൻ ലഭിച്ച പ്രചോദനം.

മനോഹരമായി ഈ പുസ്തകത്തിന്റെ അച്ചടി നിർവ്വഹിച്ച് പ്രസിദ്ധീകരണത്തിന്റെ ചുമതല ഏറ്റെടുത്ത കൊല്ലത്തെ ബോധി ബുക്സിനോടും ആ സ്ഥാപനത്തിന്റെ സാരഥിയായ ശ്രീ ഹരികുമാറിനോടുമുള്ള എന്റെ കടപ്പാട് നിസ്സീമമാണ്.

ബഹുമാന്യ വായനക്കാർക്ക് ഇതിലെ ലേഖനങ്ങളിൽക്കൂടി ചിന്തിക്കാനുള്ള അനുഭവം ലഭിക്കുമെങ്കിൽ എന്റെ ഈ ശ്രമം സഫലമായി.

**പി.എം.എൻ. നമ്പൂതിരി**

1

# ആത്മീയജ്ഞാനവും ധ്യാനവും മാനുഷിക മൂല്യങ്ങളും

ആദ്യമായി മനസ്സിന്റെ പ്രതികൂലാവസ്ഥയെ എങ്ങനെ നമുക്ക് അനുകൂലമാക്കാമെന്ന് ചിന്തിയ്ക്കുക.

നമ്മുടെ മനസ്സിലെ മാലിന്യങ്ങൾ നിർമാർജ്ജനം ചെയ്താൽ മാത്രമേ മനസ്സിന്റെ പ്രതികൂലാവസ്ഥയെ നമുക്ക് അനുകൂലമാക്കാൻ കഴിയുകയുള്ളൂ.

ഇക്കാലത്ത് പല പാഴ്വസ്തുക്കളും ഉപയോഗപ്രദമായ ഉൽപ്പന്നങ്ങളായി പരിവർത്തനം ചെയ്തശേഷം വിപുലമായ തോതിൽ വിറ്റു തീർക്കുന്നു. അതിനായി വലിയ യന്ത്രസാമഗ്രികളും വ്യവസായ ശാലകളും തന്നെയുണ്ട്. ചില ഉൽപ്പന്നങ്ങൾ പഴയ സാധനങ്ങളിൽ നിന്നും പുനർനിർമിച്ച് എടുത്തതാണെന്നറിയാൻപോലും നമുക്ക് കഴിയുകയില്ല. അങ്ങിനെ മനുഷ്യൻ മാലിന്യങ്ങളേയും പാഴ്വസ്തുക്കളെയും ഉപയോഗ വസ്തുക്കളാക്കി പരിവർത്തനപ്പെടുത്താനുള്ള സാങ്കേതിക വിദ്യ വികസിപ്പിച്ചെടുത്തു.

ഇനി നമ്മുടെ ജീവിതത്തിലേക്ക് ഒന്നു തിരിഞ്ഞുനോക്കാം.

പ്രഭാതം മുതൽ പ്രദോഷം വരെ എന്തെല്ലാം നിഷേധാത്മകവും അശുഭവും തെറ്റായിട്ടുമുള്ള വിചാരങ്ങളാണ് നമ്മുടെ മനസ്സിലൂടെ കടന്നുപോകുന്നത്. ചിലതെല്ലാം നല്ലതും ഉപയോഗപ്രദവുമായ വിചാരങ്ങളായിരിക്കും. മറ്റു ചിലത് നമ്മൾ ഉപയോഗശൂന്യമാക്കി കളയുന്ന പാഴ്വസ്തുക്കൾക്കും മാലിന്യങ്ങൾക്കും സമാനമാണ്. ഇവയെ നമ്മൾ ദുർവിചാരങ്ങളാക്കി മനസ്സിലാക്കുന്നത് എന്തുകൊണ്ടാണ്? ഇവ നമ്മുടെ മനസ്സ് വിഷമിപ്പിക്കുകയും അതു കൊണ്ടുതന്നെ നാം നമ്മോടു ബന്ധപ്പെടുന്ന വ്യക്തികളുമായി അസ്വാരസ്യത്തോടെ ഇടപെടുകയും ചെയ്യുന്നു. ഇതിൽ

നിന്നും ദുഷിച്ച വാക്കുകൾ മാത്രമേ ഉണ്ടാകുന്നുള്ളൂ. ഇവ ബന്ധങ്ങൾ ഉലയ്ക്കുന്നു. നമ്മൾ അസ്വാരസ്യത്തിലാണെങ്കിൽ സ്വന്തം മക്കൾ പോലും നമ്മളോട് സംസാരിക്കുന്നത് ഇഷ്ടപ്പെടുകയില്ല. ബഹുമാനിക്കപ്പെടേണ്ടവരോട് മോശമായി പെരുമാറിപ്പോയേക്കാം. ഇത്തരം നിഷേധാത്മക ചിന്തകൾ, വാക്കുകൾ, പ്രവൃത്തികൾ, പെരുമാറ്റങ്ങൾ കാരണം നാം നമ്മുടെ വിലയേറിയ സമയം പോലും നഷ്ടപ്പെടുത്തുകയാണ്. നഷ്ടപ്പെട്ടുപോയ സമയം ഒരിക്കലും വീണ്ടെടുക്കാനാവില്ല. സമയം മാത്രമല്ല ഇതിനോടനുബന്ധിച്ച് നമ്മുടെ ശക്തിപോലും നമുക്കു നഷ്ടപ്പെടുന്നു. ഓരോ ചിന്തയും ഊർജ്ജപ്രസരണമാണ്. അതിനാൽ ഓരോ അശുഭചിന്ത മൂലവും നമുക്കു നഷ്ടപ്പെടുന്നത് നമ്മുടെ ഊർജ്ജവും സമയവുമാണ്.

നമ്മുടെ സമയവും ശക്തിയും ഗുണാത്മകമായി ഉപയോഗിക്കുവാനാണ് നമ്മൾ ശ്രമിക്കേണ്ടത്. അതിനാൽ ഇത്തരം നിഷേധ വിചാരങ്ങളും പ്രവൃത്തികളും വാക്കുകളും പെരുമാറ്റങ്ങളും എങ്ങനെ നല്ലതിലേക്ക് പരിവർത്തനപ്പെടുത്തിയെടുക്കാമെന്ന് നമ്മൾ ചിന്തിക്കേണ്ടതാണ്. ആത്മീയ വിവേകത്തിന്റെ സഹായത്താൽ ഈ മാലിന്യങ്ങളെ നമുക്ക് ഉപകാരമുള്ളവയാക്കി മാറ്റാൻ കഴിയും. ആത്മീയജ്ഞാനം എപ്പോഴും നമ്മളെ നന്മയുള്ളവരാക്കി മാറ്റും. അതോടെ ദൃഢനിശ്ചയത്താലും ആത്മീയ ജ്ഞാനത്തിന്റെ പ്രഭാവത്താലും നന്മയിലേക്ക് തിരിച്ചുവരാൻ നമുക്ക് കഴിയും. ആത്മീയമായ വിചാരങ്ങൾക്കും വിശ്വാസങ്ങൾക്കും ഗുരുതരമായ രോഗങ്ങളെപ്പോലും അതിജീവിക്കാനുള്ള കരുത്തുണ്ട്. അതെ, ചിന്തകൾ മരുന്നിനേക്കാൾ ശക്തിയേറിയതാണ്. ആത്മീയ വിവേകത്തിന് മലിനവും നിഷേധാത്മകവും പ്രതികൂലവുമായ വിചാരങ്ങളെ ഉപയോഗപ്രദവും അനുകൂലവുമാക്കി തീർക്കാൻ കഴിയും. ജ്ഞാനമാണ് അതിനുള്ള ഒറ്റമൂലി. യോഗയിൽക്കൂടിയും ഈ പരിവർത്തനത്തിനുള്ള കരുത്ത് നമുക്ക് ലഭിക്കുന്നു.

സർവശക്തനായ പരമാത്മാവ് മനുഷ്യന് ആത്മീയ ജ്ഞാനത്തോടൊപ്പം ധ്യാനം എന്ന സിദ്ധി കൂടെ തന്നിരിക്കുന്നു. പതിവായി ധ്യാനം അനുഷ്ഠിക്കുന്ന വ്യക്തിക്ക് ഏതു പ്രതികൂല പരിസ്ഥിതികളേയും സമന്വയത്തോടെ ശാന്തമായി നേരിടാൻ കഴിയും. ധ്യാനം ഉള്ളിലുള്ള വിചാരങ്ങളെ അനുകൂലമാക്കി നിർത്താൻ കരുത്തുള്ളതാണ്. ധ്യാനം ചിന്താധാരകളെത്തന്നെ നിയന്ത്രിച്ച്

അനുരഞ്ജിപ്പിച്ചു നിർത്തുന്നു. ചിന്തകളും വാക്കുകളും ക്രിയാത്മകമാകുന്ന സമയത്ത് അനുകൂലമായ ശക്തി കൈവരിക്കുന്നു. അതിനാൽ നമ്മുടെ സമയവും ഊർജ്ജവും നഷ്ടപ്പെടാതെ നമ്മുടെ ആരോഗ്യം സംരക്ഷിക്കാൻ ധ്യാനത്തിലൂടെ കഴിയും.

2

# ആധുനിക ലോകവും മൂല്യാധിഷ്ഠിത ജീവിതവും

ഈ ഇരുപത്തിഒന്നാം നൂറ്റാണ്ടിലും മഹാഭാരതത്തിൽ ശ്രീകൃഷ്ണഭഗവാൻ പറഞ്ഞ ചില വാക്കുകൾ പ്രസക്തമാണ്.

അതായത്, പാണ്ഡവകൗരവ യുദ്ധം കഴിഞ്ഞ് ഭഗവാൻ ശ്രീകൃഷ്ണൻ ഹസ്തിനപുര രാജാവായ ധൃതരാഷ്ട്രരെയും ഗാന്ധാരിയേയും സന്ദർശിച്ചു. അപ്പോൾ ഗാന്ധാരി ശ്രീകൃഷ്ണന്റെ അടുത്ത് വന്ന് തന്റെ വലതുകൈ ശ്രീകൃഷ്ണന്റെ നെഞ്ചിൽ വെച്ചുകൊണ്ട് വലിയ മാനസിക വിക്ഷോഭത്തോടെ പറഞ്ഞു:

'കൃഷ്ണാ നീ അവതാരമാണ്, അതുല്യനാണ്, ത്രികാലജ്ഞാനിയാണ്. എല്ലാം വ്യക്തമായി അറിയുന്ന വ്യക്തിയുമാണ്. നിനക്കറിയാം എന്റെ ഭർത്താവ് അന്ധനാണെന്ന്. ഭർത്താവിനില്ലാത്ത ഒരു സൗകര്യവും എനിക്കും വേണ്ട എന്ന് തീരുമാനിച്ച ഞാൻ എന്റെ രണ്ടു കണ്ണുകളും കെട്ടി നടക്കുന്നു. കൃഷ്ണാ, ഒന്ന് ആലോചിച്ചു നോക്കൂ ഞങ്ങളുടെ മരണസമയത്ത് ഒരു തുള്ളി ഗംഗാജലം തരാൻ, ഒരു വായ്ക്കരിയിടാൻ ഒരു ആൺതരിയെപ്പോലും നീ ശേഷിപ്പിച്ചില്ലല്ലോ'

ഗാന്ധാരിയുടെ വികാരതീവ്രവും വേദനാജനകവുമായ വാക്കുകൾ കേട്ട ശ്രീക്ഷണൻ ശാന്തനായി പറഞ്ഞ മറുപടി:

'അമ്മേ, അമ്മയ്ക്കറിയാം ഭർത്താവിന് കണ്ണു കാണാൻ കഴിയില്ല എന്ന കാര്യം. പിന്നെ എന്തിന് അമ്മ കണ്ണുകെട്ടി നടന്നു? കുന്തീ മാതാവിനെ നോക്കൂ. നിങ്ങൾക്ക് വേണ്ട സഹായവും സേവനവും നൽകി തന്റെ മൂന്ന് മക്കളെയും സപത്നിയായ മാദ്രിയുടെ രണ്ടു മക്കളെയും സംരക്ഷിച്ചു. കൊട്ടാരത്തിലെ ജോലിയെല്ലാം മുറപോലെ ചെയ്തു തീർത്തു. എത്ര കഷ്ടപ്പെട്ടാണ് അവരെ വളർ

ത്തി വലുതാക്കിയത്. പതിമൂന്നു വർഷം വനവാസവും പിന്നെ ഒരു വർഷം അജ്ഞാതവാസവും അവർക്ക് അമ്മയുടെ മക്കൾ വിധിച്ചു. അപ്പോഴെല്ലാം തന്റെ മക്കളിൽ മൂല്യബോധം വളർത്താൻ ആ അമ്മ യത്നിച്ചു. അങ്ങനെ ധർമ്മബോധത്തോടെ വളർന്ന പാണ്ഡവരെ ആർക്കും നശിപ്പിക്കാൻ കഴിഞ്ഞില്ല. പക്ഷേ, ഗാന്ധാരിയമ്മേ, അമ്മ ചെയ്തതെന്താണ്? പാതിവ്രത്യത്തിന്റെ പേരിൽ കണ്ണുകൾ രണ്ടും മൂടിക്കെട്ടിനടന്നു. അതിന്റെ ഫലമോ? മക്കളിൽ നൂറ് പേരിലും അഹങ്കാരവും വൈരാഗ്യവും അസൂയയും വളർന്നു വന്നു. അവരെ അച്ഛനും അമ്മയും നിയന്ത്രിച്ചില്ല. തന്നിഷ്ടക്കാരായി അവർ വളർന്നു വന്നു. സ്വാർത്ഥതയുടെ മൂർത്തിമത് ഭാവത്തോടെ ജീവിച്ച അവർ നാശത്തെ വരിച്ചു. അമ്മ ഒന്ന് മനസ്സിലാക്കണം. അമ്മയുടെ മക്കളെ കൊന്നത് ഞാനല്ല പാണ്ഡവരുമല്ല. അവരെ ഇല്ലാതാക്കിയത് അവരുടെ ചെയ്തികളാണെന്ന് അമ്മ തിരിച്ചറിയണം.

ഇതു പോലെയാണ് നമ്മളെല്ലാവരും. കണ്ണുകൾ മുറുകെ കെട്ടി നടക്കുകയാണ്. നമ്മുടെ കുട്ടികൾക്ക് നല്ല വിദ്യാഭ്യാസം നൽകുന്നു. ഏറ്റവും മുന്തിയ സ്കൂളുകളിൽ വലിയ ഡൊണേഷൻ കൊടുത്ത് അഡ്മിഷൻ വാങ്ങുന്നു. അവർ അവിടെ കാട്ടിക്കൂട്ടുന്നതൊന്നും നമ്മൾ അറിയുന്നില്ല. അവരുടെ ആരോഗ്യത്തിലും നമ്മൾ വളരെ ശ്രദ്ധിക്കുന്നു. ചെറിയ പനി വന്നാൽ പോലും വലിയ ആശുപത്രിയിൽ പോയി ഡിഗ്രി കൂടിയ ഡോക്ടറന്മാരെത്തന്നെ കാണിക്കുന്നു. ഹോർലിക്സും വിറ്റാമിൻ ഗുളികകളും കോംപ്ലാനും എന്നു വേണ്ട മാർക്കറ്റിൽ കാട്ടാവുന്ന എല്ലാ പോഷക മരുന്നുകളും കൊടുത്ത് അവരെ വളർത്തുന്നു. ഇതിനു പുറമെ അവർ ആവശ്യപ്പെടുന്നതെല്ലാം വാങ്ങി കൊടുക്കുന്നു. വിലകൂടിയ ബൈക്കും മൊബൈൽ ഫോണും വേഷവിധാനങ്ങളും എല്ലാം വാങ്ങി കൊടുത്ത് അവരെ കുഴിമടിയന്മാരും അമിതവണ്ണമുള്ളവരുമാക്കി മാറ്റുന്നു. മുണ്ട് മുറുക്കിയുടുത്തും വീട് പണയപ്പെടുത്തിയും ഒക്കെ മക്കളെ great ആക്കാൻ നമ്മൾ ശ്രമിക്കുന്നു. എന്നാൽ നമ്മൾ മക്കളെ good ആക്കാൻ ശ്രമിക്കുന്നില്ല. അവർ വിജയത്തിന്റെ ഓരോ പടി കയറുമ്പോഴും നമ്മൾ സന്തോഷിക്കുകയാണ്. എന്നാൽ അവർ വലിയവനാകുമ്പോൾ മാതാപിതാക്കളെ തള്ളി പറയുന്നു. അതിനു കാരണം നമ്മൾ മക്കൾക്ക് അവർ ആവശ്യപ്പെട്ടതെല്ലാം കൊടുത്തുവെങ്കിലും മൂല്യബോധം മാത്രം കൊടുത്തില്ല. അച്ഛൻ കിടന്ന കട്ടിലിൽ താനും ഒരിക്കൽ കിട

ക്കേണ്ടി വരുമെന്ന് മക്കൾ ഓർക്കുന്നില്ല. പണ്ട് കാന്താരി മുളകു ടച്ച് പഴംകഞ്ഞിയും കുടിച്ച് അച്ഛനോടൊപ്പം കാളപൂട്ടാൻ പോയ മകന് സ്വന്തം അച്ഛനമ്മമാരോടുണ്ടായിരുന്ന സ്നേഹവും ആദര വും ഇന്നത്തെ കോംപ്ലാൻ ബേബിമാർക്ക് അവരുടെ അഛനമ്മ മാരോട് ഉണ്ടാകുകയില്ല. അതിനു കാരണം അവർക്ക് വേണ്ടത് മാതാപിതാക്കന്മാർ വേണ്ട സമയത്ത് കൊടുത്തില്ല എന്നതാണ്. സൽഗുണ സമ്പൂർണ്ണനായ മനുഷ്യനെ വാർത്തെടുക്കാൻ മാതാ പിതാക്കളും അധ്യാപകരും വിദ്യാഭ്യാസ പദ്ധതിയും ശ്രമിക്കാത്തി ടത്തോളം കാലം യാതൊരു മൂല്യബോധവുമില്ലാതെ പണം നിർമ്മി ക്കുന്ന വെറും യന്ത്രങ്ങളായി നമ്മുടെ വരും തലമുറകൾ വളർന്നു വരും. മനുഷ്യത്വത്തിനും സ്നേഹത്തിനും വില കല്പിക്കാത്ത ഇന്ന ത്തെ വിദ്യാഭ്യാസം വരും തലമുറയെ എവിടെ കൊണ്ടെത്തിക്കു മെന്ന് പറയാൻ കഴിയില്ല.

സമൂഹത്തിനു നന്മ നൽകിക്കൊണ്ടും സ്വീകരിച്ചു കൊണ്ടും നയിക്കുന്ന ജീവിതമാണ് മൂല്യാധിഷ്ഠിത ജീവിതം. ഈ മൂല്യബോ ധം ബാല്യത്തിൽ തന്നെ നൽകണം ഇത് നൽകാത്ത മാതാപിതാ ക്കൾ അമ്മയും അച്ഛനുമല്ല. നമ്മുടെ കുട്ടികളുടെ ബുദ്ധിപരവും മാനസികവും ആത്മീയവുമായ സമഗ്ര വികസനം നമ്മുടെ ഉത്ത രവാദിത്വമാണ്.

## 3

# ചതുർവിധഭക്തന്മാർ

**ചതുർവിധാ ഭജന്തേമാം ജനാ:**
**സുകൃതിനേ/ർജ്ജുനാ ആർത്തോ,**
**ജിജ്ഞാസു, രർത്ഥാർത്ഥീ**
**ജ്ഞാനീ ച ഭരതർഷഭ**

ഗീതയിൽ ഭഗവാൻ നാലു വിധത്തിലുള്ള ഭക്തന്മാരെപ്പറ്റി പറയുന്നുണ്ട്. 'അല്ലയോ അർജ്ജുനാ, നാലു തരത്തിലുള്ള സുകൃതികളായ ജനങ്ങൾ എന്നെ ഭജിക്കുന്നു. ദു:ഖിതനും ജ്ഞാനേച്ഛുവും (അറിയാൻ ആഗ്രഹമുള്ളവൻ) സുഖഭോഗവസ്തുക്കളിൽ ആശയുള്ളവനും ജ്ഞാനിയും എന്നെ ഭജിക്കുന്നു'

ഒന്നാമത്തേത് ആർത്തന്മാരാണ്. അവർക്ക് രോഗം, ദാരിദ്ര്യം, അപകടം എന്നിങ്ങനെ ദു:ഖം എന്തേങ്കിലും വരുമ്പോൾ മാത്രം ദൈവത്തെ പ്രാർത്ഥിക്കുന്നു. അതുവരെ ദൈവത്തെ ഓർക്കാത്തവരും ദൈവം ഇല്ലന്നു വാദിക്കുന്നവർ പോലും ആ സമയത്ത് ഭഗവാനെ ഓർക്കുന്നു. സകല ഭൗതിക പ്രയത്നങ്ങളും പരാജയപ്പെടുമ്പോൾ ഗത്യന്തരമില്ലാതെ ഭഗവാനെ ശരണം പ്രാപിക്കുന്നു.

'അന്യതാ ശരണം നാസ്തി / മാമേകം ശരണം വ്രജാ' എന്നിങ്ങനെ ഓർക്കാൻ തുടങ്ങും. കഷ്ടപ്പാടുകളും ദു:ഖവും മനുഷ്യരെ ഈശ്വരനിലേക്കടുപ്പിക്കുന്നു. അത് നമ്മളെ ഭഗവൽ സന്നിധിയിലെത്തിക്കുവാനുള്ള ഉപകരണമായി വർത്തിക്കുന്നു. അതു കൊണ്ടാകണം കുന്തീദേവി ശ്രീകൃഷ്ണ ഭഗവാനോടു കൂടുതൽ കൂടുതൽ ദു:ഖങ്ങൾ തരുവാൻ അപേക്ഷിച്ചത്. 'ജഗദ് ഗുരോ എനിക്ക് എല്ലായ്പ്പോഴും ആപത്ത് സംഭവിക്കുമാറാകട്ടെ'.

അത് എന്തുകൊണ്ടാണന്നോ? യാതൊന്നിനാൽ ജീവൻ പിന്നീട് സംസാരബന്ധത്തിൽ പെടുന്നില്ലതോ അങ്ങനെയുള്ള ഭഗ

വാന്റെ ദർശനം അപ്പോൾ എനിക്കു ലഭിക്കുന്നു. സുഖമായി വാണ കാലത്തൊന്നും കൃഷ്ണൻ കുന്തീദേവിയുടെ സമീപം വന്നിരുന്നില്ല. ദു:ഖിക്കുമ്പോൾ ഭഗവാനെ വിളിക്കുകയും ഭഗവാൻ വരികയും ചെയ്തിട്ടുണ്ട്. അരക്കില്ലത്തിലിട്ടു തന്നെയും മക്കളെയും ചുട്ടുകൊല്ലാൻ ശ്രമിച്ചപ്പോൾ, നിറഞ്ഞ സദസ്സിൽ ദുശ്ശാസനൻ പാഞ്ചാലിയുടെ വസ്ത്രാക്ഷേപത്തിനു ശ്രമിച്ചപ്പോൾ, വനാന്തരത്തിൽ അതിഥിയായി വന്ന ദുർവ്വാസാവിനെയും പതിനായിരം ശിഷ്യരേയും സൽക്കരിക്കാനാവാതെ മുനിശാപം ഭയന്ന് ആർത്തയായി വിളിച്ചപ്പോൾ, കൗരവരുമായി കുരുക്ഷേത്രത്തിൽ ഏറ്റുമുട്ടിയപ്പോൾ.. അങ്ങനെ എത്രയെത്ര വിപത്സന്ധികളിൽ ശ്രീകൃഷ്ണ ഭഗവാൻ പാണ്ഡവരുടെ സഹായത്തിനെത്തി. ഇതൊക്കെ ഓർത്തുകൊണ്ടാണ് കുന്തീദേവി അങ്ങനെ പ്രാർത്ഥിച്ചത്.

കണ്ണുകളടച്ചിരിക്കുന്നവന് വിപത് പരമ്പരകളുണ്ടാക്കി ഭഗവാൻ കണ്ണുതുറപ്പിക്കുന്നു. ഘോര ദു:ഖത്തിൽ പോലും സർവ്വേശ്വരന്റെ നാമം സ്മരിക്കാത്ത തമോ മൂർത്തികൾ ചിലരുണ്ടായിരിക്കാം. ആപത്തുകളിൽമാത്രം ഭഗവാനെ സ്മരിക്കുന്നവരെ ആർത്ത ഭക്തരെന്ന് വിളിക്കാം.

രണ്ടാമത്തെ തരക്കാരാണ് ജിജ്ഞാസ കൊണ്ട് ദൈവത്തെ അന്വേഷിക്കുന്നവർ. ഭഗവാൻ എവിടെയാണ്? ഏത് രൂപത്തിലാണ്? എന്താണ് ചെയ്യുന്നത്? എന്നൊക്കെ സംശയങ്ങൾ ഉണ്ടാവുകയും അതിന്റെ നിവാരണത്തിനായി അറിവുള്ളവരെ സമീപിച്ച് ശാസ്ത്രാദ്ധ്യായനം നടത്തുകയും ചെയ്യുന്നവരാണവർ. ഇവരും കാര്യസാധ്യത്തിനായി ഭഗവാനെ അന്വേഷിക്കുന്നു. എങ്കിലും പുണ്യാത്മാക്കൾ തന്നെ. അർത്ഥാർത്ഥികൾ അഥവാ ധനത്തിനും ഐശ്വര്യത്തിനും പദവിക്കും വേണ്ടി ഭഗവാനെ ഭജിക്കുന്നവരാണ് മൂന്നാം വിഭാഗത്തിൽപ്പെട്ടവർ. ഭഗവൽകൃപയുണ്ടായാൽ എല്ലാ നേട്ടങ്ങളും നേടാമെന്ന് അവർ അഭിലാഷിക്കുന്നു. പരീക്ഷാവിജയം, ഉദ്യോഗലബ്ധി, ഉദ്യോഗകയറ്റം, സന്താനലബ്ധി ഇങ്ങനെ വിവിധ ഭൗതിക ആവശ്യങ്ങളാൽ പ്രേരിതനായി ഭഗവാനെ പൂജിക്കുന്നു. കണിക്കകളും വഴിപാടുകളും നേരുന്നത് വ്യവസ്ഥകൾക്ക് വിധേയമായിട്ടു മാത്രം. വെറും വാണിജ്യ അടിസ്ഥാനം. ഗുരുവായൂരപ്പനു വാഴക്കുല കാണിക്ക വെച്ചും തുലാഭാരം നടത്തിയും തിരുപ്പതി വെങ്കടേശ്വരന് ധനം കൊടുത്തും പല രൂപത്തിൽ ഭഗവാനെ സേവിക്കുന്നു. എന്നാൽ ഭഗവാൻ ഇവരെയും തന്റെ ഭക്തന്മാരായി തന്നെ കാണുന്നു. നാലാംതരക്കാരാണ് ജ്ഞാനികൾ. ആദ്യ കൂട്ടർ ഓരോരുത്തരും സ്വാർത്ഥലാ

ഭത്തിനായി ഭഗവാനെ സേവിക്കുന്നവരാണ്. അവരെ സകാമന്മാർ എന്നു പറയാം. എന്നാൽ, ജ്ഞാനികൾ നിഷ്കാമന്മാരാണ് അവർക്ക് ഒരു ആഗ്രഹവുമില്ല. എല്ലാ ആഗ്രഹങ്ങൾക്കും അതീതരാണ് അവർ. ഈശ്വരജ്ഞാനം സ്വധർമ്മമാണെന്ന് കരുതുന്നവർ. അതിൽ ആനന്ദം കണ്ടെത്തുന്നവർ. അങ്ങനെ ഈശ്വരനെ ഭജിക്കുന്നവർ.

പ്രഹ്ലാദനോട് എന്തെങ്കിലും വരം ചോദിച്ചു കൊള്ളുവാൻ ഭഗവാൻ ആവശ്യപ്പെട്ടപ്പോൾ ആ ബാലൻ പറഞ്ഞതെന്താണ്? 'എനിക്കു് ഒരു ആഗ്രഹവും ഇല്ല. ഞാൻ അങ്ങയുടെ ഭക്തനാണ്. അങ്ങ് എന്റെ സ്വാമിയും. എനിക്ക് അത് തുടർന്നും ഉണ്ടാകണം. അതു മാത്രം മതി. ഇനി അതുപോരെങ്കിൽ ഭഗവാനേ, യാതൊരു ആഗ്രഹവും എനിക്കു ഉണ്ടാകാതിരിക്കാൻ ഒരു വരം തന്നു കൊള്ളുക'

ഇതാണ് യഥാർത്ഥ ജ്ഞാനിയുടെ ലക്ഷണം. ധ്രുവൻ പ്രാരംഭത്തിൽ ആഗ്രഹ ബുദ്ധിയോടെ ഭഗവാനെ തപസ്സു ചെയ്തു. ഭഗവാൻ പ്രത്യക്ഷപ്പെട്ടു വരം ചോദിക്കുവാൻ ആവശ്യപ്പെട്ടപ്പോൾ, ഭഗവത് സാന്നിദ്ധ്യത്തിൽ സംസ്കാരമുളവായി പറഞ്ഞു:

'മഹാപ്രഭോ! ഭഗവൽ ദർശനത്താൽ തന്നെ ഞാൻ കൃതാർത്ഥനായി. ഇതുമാത്രം മതി. മറ്റൊരു വരവും വേണ്ട.'

ഇങ്ങനെ ആദ്യം ആഗ്രഹത്തോടെ ധ്യാനിക്കുന്നവരും കാലക്രമത്തിൽ സംസ്കാരമുണ്ടായി നിഷ്കാമബുദ്ധികളായി ആഗ്രഹങ്ങൾ ത്യജിച്ച് ആത്മപ്രഭാവം പൂകുന്നു. അതിനാൽ ആദ്യത്തെ മൂന്ന് തരക്കാരും ക്രമേണ നാലാമത്തെ പദവിയിൽ എത്തിച്ചേരാം.

ഇനി നാലാമത്തെ ജ്ഞാനിയോ? നദി സമുദ്രത്തിൽ ചേർന്ന് സമുദ്രരൂപമായിതീരുന്നതു പോലെയും പുഴ ഭ്രമരത്തെ ധ്യാനിച്ച് അതിന്റെ രൂപം ധരിക്കുന്നതു പോലെയും ജ്ഞാനി ധ്യാനം കൊണ്ടും തത്ത്വവിചാരം കൊണ്ടും ഭഗവദ് രൂപമായി മാറുന്നു.

ക്രിസ്തു, ബുദ്ധൻ മുതലായവർ അനന്താത്മ സമുദ്രത്തിലെ ഭിന്ന തരംഗങ്ങളാണെന്ന് സ്വാമി വിവേകാനന്ദൻ പറഞ്ഞിട്ടുണ്ട്. മഹാത്മാഗാന്ധിയും ഒരു ജ്ഞാനിയായിരുന്നു. ഈശ്വരനെ പറ്റി അദ്ദേഹത്തിനും വ്യക്തമായ കാഴ്ചപ്പാടുണ്ടായിരുന്നു. അദ്ദേഹം പറഞ്ഞത് ഒന്ന് കേട്ടു നോക്കൂ:

'എന്റെ ചുറ്റുപാടുമുള്ള പ്രപഞ്ചത്തിലെ എല്ലാം നിരന്തരം പരിവർത്തന വിധേയമായിനിക്കുകയും നശിക്കുകയും ചെയ്തു കൊണ്ടിരിക്കുമ്പോൾ അവയ്ക്കെല്ലാം അടിയിൽ പരിവർത്തനാതീതമായി ഒരു ശക്തി വർത്തിക്കുന്നുണ്ട്. ചൈതന്യദായകമായ ആ ശക്തിവിശേഷമാണ് ദൈവം.'

4

# കർമ്മബന്ധങ്ങളും നിഷ്കാമഭക്തിയും

നമ്മൾ അത്യാപത്തിൽ പെടുമ്പോൾ അകമഴിഞ്ഞ് ഈശ്വരനെ പ്രാർത്ഥിക്കുന്നു. അതുപോലെ തന്നെ തലനാരിഴക്ക് അപകടങ്ങളിൽ നിന്ന് രക്ഷപെടുമ്പോഴും ഈശ്വരനെ സ്മരിക്കാറുണ്ട്. വലിയ ബുദ്ധിമുട്ടുകളും, പ്രാരാബ്ധങ്ങളും ഉണ്ടാകുമ്പോൾ ദേവാലയങ്ങളിൽ പോകുന്നു. ബുദ്ധിമോശത്താൽ അബദ്ധം പിണയുമ്പോൾ ഈശ്വരചിന്ത വരുന്നു. ഈ അവസരങ്ങളിലെല്ലാം നമ്മൾ തികഞ്ഞ ഈശ്വരഭക്തരാണ്. അപ്പോഴെല്ലാം ആത്മാർത്ഥമായിത്തന്നെയാണ് നമ്മൾ ഈശ്വരനെ വിളിക്കുന്നതും പ്രാർത്ഥിക്കുന്നതും.

എന്നാൽ ഇതൊരു ദൈവവിശ്വാസിയുടെ ലക്ഷണമല്ല. കാരണം ഇങ്ങനെയുള്ള അവസ്ഥയിൽ ആരു സഹായത്തിനെത്തിയാലും അത് ഈശ്വരതുല്യമായി എല്ലാവരും സ്വീകരിക്കും. എന്നാൽ സർവ്വൈശ്വര്യങ്ങളും നിറഞ്ഞു നിൽക്കുമ്പോഴും സ്വന്തം കർമ്മങ്ങൾക്കിടയിലും സമയം കണ്ടെത്തി ഈശ്വരനെ നിഷ്കാമമായി, നിസ്വാർത്ഥമായി ഭജിക്കുന്നവനാണ് യഥാർത്ഥ ഭക്തൻ. അതിനു ഉദാഹരണമായി ഒരു പുരാണകഥ ഇവിടെ സൂചിപ്പിക്കുന്നു.

ഒരിക്കൽ വൈകുണ്ഠത്തിലെത്തിയ നാരദമുനി ഭഗവാൻ വിഷ്ണുവിനോടു ചോദിച്ചു. ഭഗവാനേ! ഇന്നീ ലോകത്തിൽ ആരാണ് അങ്ങയുടെ വലിയ ഭക്തൻ? സദാനേരവും നാരായണ നാമം ജപിച്ചുനടക്കുന്ന താൻ തന്നെയായിരിക്കും ഭഗവാന്റെ ഏറ്റവും വലിയ ഭക്തനെന്ന് ഭഗവാൻ പറയുമെന്നാണ് നാരദമഹർഷി വിചാരിച്ചത്. എങ്കിലും ഭഗവാനിൽ നിന്നും ആ ഉത്തരം കിട്ടണം. അതായി

രുന്നു നാരദരുടെ ലക്ഷ്യം. എന്നാൽ ഭഗവാൻ പറഞ്ഞത് എന്റെ ഏറ്റവും വലിയ ഭക്തൻ ഭൂമിയിലുള്ള ഒരു ഗൃഹസ്ഥാശ്രമിയാണ് എന്നാണ്. അതുകേട്ട് നാരദർ ഭഗവാനോട് ചോദിച്ചു. ആയാളുടെ മഹത്വം എന്താണ്? ഭഗവാൻ പറഞ്ഞു... അദ്ദേഹം സ്വകർമ്മം യാതൊരുമടിയോ പരിഭവമോ കൂടാതെ ചെയ്യുന്നതിനോടൊപ്പം യാതൊരു ലാഭേച്ഛയുമില്ലാതെ, കിട്ടുന്ന സമയം എന്നെ സ്മരിക്കുന്നു. നാരദന്റെയുള്ളിൽ അൽപം നീരസമുണ്ടെന്നു മനസ്സിലാക്കിയ ഭഗവാൻ അവിടെ താലത്തിൽ നിറച്ചുവെച്ചിരുന്ന എണ്ണ ചൂണ്ടിക്കാട്ടി നാരദനോട് പറഞ്ഞു. നാരദരേ ഈ താലത്തിലിരിക്കുന്ന എണ്ണയെടുത്ത് താഴെ തുളുമ്പാതെ വൈകുണ്ഠത്തിന് മൂന്നു വലംവെച്ച് ഇവിടിരിക്കുന്ന കെടാവിളക്കിൽ ഒഴിക്കുക. പെട്ടന്നാകണം. വിളക്കിലെണ്ണ തീരാറായി. നാരദർ പെട്ടന്നു തന്നെ വളരെ പണിപ്പെട്ട് പ്രദക്ഷിണം പൂർത്തിയാക്കി എണ്ണവിളക്കിലൊഴിച്ചു. അപ്പോൾ ഭഗവാൻ നാരദരോടു പറഞ്ഞു. സദാ നാരായണ നാരായണ ചൊല്ലുന്ന നാരദരെ! എന്തേ എന്നെ മറന്നുവോ? നാരദർ: അല്ല ഭഗവാനേ... എത്രക്ലേശം പിടിച്ച ജോലിയാണിത്? എണ്ണ തുളുമ്പാനും പാടില്ലാ, വിളക്ക് കരിന്തിരി കത്താറുമായി. ഈ ധൃതിയിൽ അങ്ങയേ സ്മരിക്കാൻ പറ്റിയില്ല. അപ്പോൾ ഭഗവാൻ പറഞ്ഞു അതാണു നാരദരേ ഞാൻ പറഞ്ഞത് ഒരു ഗൃഹസ്ഥാശ്രമി ആകുമ്പോൾ കർമ്മം യഥാവിധി പാലിക്കാൻ വലിയ ശ്രദ്ധയുണ്ടാകണം. അപ്പോഴും കിട്ടുന്ന സമയം എന്നെ സ്മരിക്കാൻ സമയം കണ്ടെത്തുന്നവനാണ് യഥാർത്ഥ ഭക്തൻ. അല്ലാതെ ആപത്തിൽ പെടുമ്പോഴും, ഞാൻ സംരക്ഷിക്കപ്പെടുമ്പോഴുമല്ല എന്നെ സ്തുതിക്കേണ്ടത്. എന്നെ സ്തുതിക്കുകയല്ല സ്മരിക്കുകയാണു വേണ്ടത്. നിന്റെ നിയോഗം നിന്റെ കർമ്മമാണ്. അതിലുണ്ടാകുന്നതെല്ലാം നിന്റെ കർമ്മഫലവുമാണ്. സുഖവും, ദുഃഖവുമെല്ലാം നീ തന്നെ സൃഷ്ടിച്ചതാണ്. ഞാൻ കൊടുത്തതല്ല. നിനക്കു സ്വയം നിയന്ത്രിക്കാവുന്ന കാമനകളെ തുറന്നുവിട്ട് സ്വയംമേയാൻ അനുവദിക്കുമ്പോൾ അതിന്റെ ഫലം സുഖദുഃഖമായി വരുമ്പോൾ ആരാണ് അതനുഭവിക്കേണ്ടത്?. അപ്പോഴെന്നെ പ്രാർത്ഥിച്ചതുകൊണ്ട് യാതൊരു ഫലവുമില്ല. അതു സ്വാർത്ഥതയാണ്, പ്രാർത്ഥനയല്ല. പിന്നെ സ്തുതി; ഞാനാരാണെന്ന് എനിക്കു നന്നായറിയാമെന്നിരിക്കെ നീയാരെന്നു നിനക്കറിയാത്തിടത്തോളം നീയെന്താണ് എന്നെപ്പറ്റി സ്തുതിക്കുക? എന്നെ സ്മരിക്കുന്നതാണ് പ്രാർത്ഥന. എന്നെ ഉൾക്കൊള്ളാൻ കഴിയില്ലങ്കിലും എന്റെ

ഭക്തർ എന്നെ സദാ സ്മരിച്ചുകൊണ്ടിരിക്കും. എന്നാൽ സ്തുതിക്കുകയില്ല. ഋഷിമാരെ ശ്രദ്ധിക്കുക. അവരെന്നെ സ്തുതിക്കുകയല്ല. ഏകാഗ്രതയിൽ മൊത്തമായെന്നെ ഉൾക്കൊള്ളാൻ കഴിഞ്ഞില്ലെങ്കിലും അവരുടെ ഭാവനക്കനുസരിച്ച് എന്നെ ഉൾക്കൊള്ളാൻ ശ്രമിക്കുന്നു. ആ യജ്ഞത്തിന് തപസ്സെന്നുപറയുന്നു. ഇപ്രകാരം എന്നെ എത്രത്തോളം അവരുടെ മനസ്സിലേക്കാവാഹിക്കുന്നുവോ അത്രത്തോളം അവരുടെ മനസ്സ് നിർമ്മലമാകുന്നു. അതാണ് ഭക്തി! അത്തരക്കാരെ ഭക്തനെന്നുവിളിക്കുന്നു. അവരെ സംബന്ധിച്ചിടത്തോളം അവർക്കാവശ്യങ്ങളില്ല. എന്തെന്നാൽ അവർ സർവ്വസംഗ പരിത്യാഗികളാണ്. അവരെ സംബന്ധിച്ചിടത്തോളം അവർ കർമ്മ വിമുക്തരാണ്. എല്ലാവർക്കും ഈ അവസ്ഥയിൽ എത്താൻ കഴിയില്ല. കാരണം അത്തരക്കാർ ലോകനന്മക്കുവേണ്ടി മാത്രം ജന്മമെടുത്തവരും മറ്റുള്ളവർ കർമ്മപൂരണത്തിനുവേണ്ടി ജന്മമെടുത്തവരുമാകുന്നു. ഈ കർമ്മബന്ധിത ജന്മത്തിലും സമയംകണ്ടെത്തി എന്നെ സ്മരിക്കുന്ന വിവേകി, വരും ജന്മങ്ങളിലൂടെ മേൽ വിവരിച്ച കർമ്മവിമുക്ത ജന്മമായി ലോകനന്മക്കായി അവതരിച്ച് മോക്ഷപ്രാപ്തി നേടുന്നു. ഈ പറഞ്ഞവ കർമ്മബന്ധിത ജന്മങ്ങളുടെ അവസാന ഘട്ടത്തിലുള്ള രണ്ടവസ്ഥയാണ്. ആദ്യഘട്ടത്തിലുള്ള ജന്മങ്ങൾ എന്നെ സ്മരിക്കുന്നതുപോയിട്ട് ആ ഭാഗത്തു കൂടി സഞ്ചരിക്കുകപോലുമില്ല. ഇവരാരുതന്നെയായാലും അവന്റെ കർമ്മം അവനറിയാതെതന്നെ ചെയ്തിരിക്കും. വരും ജന്മങ്ങളിലാണ് സ്തുതിയും സംഗീതവുമൊക്കെയായി തിരിച്ചറിവിലേക്കെത്തുക. സ്തുതികീർത്തനങ്ങൾ നിന്റെ മാനസികോല്ലാസത്തിന് വേണ്ടിയാണ്. ശ്രുതിതാളലയമല്ലാത്ത ഒരു സ്തുതിയും നീയിഷ്ടപ്പെടില്ല. കേൾക്കാൻ താൽപര്യം കാണിക്കുകയുമില്ല. കർണ്ണാനന്ദകരമായതും അർത്ഥപുഷ്ടിയുള്ളതുമായവ കേൾക്കാനും കാണാനും ഭജിക്കാനും ഉത്സാഹംകൂടും. അവയൊന്നും എനിക്കുവേണ്ടിയല്ല. മറിച്ച് നിന്റെ കാമനകളെ തൃപ്തിപ്പെടുത്താനുള്ളവയാണ്. ഇവയെല്ലാം ഞാൻ നിനക്കുവേണ്ടി നിന്റെ കർമ്മത്തിലൂടെ ചെയ്തുവെച്ചവയാകുന്നു. ഇവയെല്ലാം എനിക്കായിസമർപ്പിക്കുന്നു എന്ന ധാരണ നിന്റെ മൂഢതയാകുന്നു. ഇതു ഭക്തിയുമല്ല. യഥാർത്ഥ ഭക്തനാകാൻ ജന്മത്തിന്റെ അവസാന ഘട്ടത്തിലേക്ക് എത്തണം. അവിടെ യഥാർത്ഥ ഭക്തി ദർശിക്കാൻ കഴിയും. അതോടെ ജന്മമുക്തിയടഞ്ഞ് എന്നിൽ ലയിക്കുന്നു.

5

# തനിമയുടെ മേന്മ

ചിത്രകാരനായ റാഫേലിനെ കാണാൻ മൈക്കലഞ്ചലോ വീട്ടിലെത്തി. റാഫേൽ അവിടെയുണ്ടായിരുന്നില്ല. റാഫേലിനെ കാത്തിരിക്കുന്ന വേളയിൽ, മൈക്കലഞ്ചലോ റാഫേലിന്റെ ചിത്രങ്ങളൊക്കെ നിരീക്ഷിച്ചു. ഒരു കാൻവാസിൽ ക്രിസ്തുവിന്റെ 12 ശിഷ്യന്മാരുടെ രൂപം റാഫേൽ തുടങ്ങിവെച്ചിട്ടുള്ളത് മൈക്കലഞ്ചലോ ശ്രദ്ധിച്ചു. കാത്തുനിന്നു മടുത്ത മൈക്കലാഞ്ചലോ ഒരു ബ്രഷ് എടുത്തു ആ ചിത്രത്തിൽ നിസ്സാരമായ ചില വരകൾ കൂട്ടിച്ചേർത്തു. കുറെ നേരം കാത്തുനിന്ന ശേഷം റാഫേലിനെ കാണാതെ മൈക്കലാഞ്ചലോ മടങ്ങി പോയി. വീട്ടിൽ തിരിച്ചെത്തിയ റാഫേൽ തന്റെ ചിത്രത്തിലെ 'അധികവരകൾ' കണ്ടു കാവൽക്കാരനോട് ചോദിച്ചു. "മൈക്കലാഞ്ചലോ ഇവിടെ വന്നിരുന്നോ?", 'വന്നിരുന്നു' എന്ന് കാവൽക്കാരൻ മറുപടി നൽകി.

എങ്ങിനെ റാഫേലിന് മനസ്സിലായി മൈക്കലാഞ്ചലോ വന്ന കാര്യം?

തനിമ ഒരു സവിശേഷതയാണ്. ഒരാളിൽ മറ്റാരുമായും താരതമ്യപ്പെടുത്താനാകാത്ത വിധം ഉടലലെടുത്തിട്ടുള്ള കഴിവുകൾ കണ്ടെത്തുന്നവർ കാലത്തെ അതിജീവിക്കുന്ന പ്രതിഭകളാകും. ഏറ്റവും വലിയ അറിവ്,സ്വന്തം പ്രതിഭയെ കണ്ടെത്തലാണ്. ഏറ്റവും വലിയ ശേഷി,സ്വന്തം ഉള്ളിലെ വിളക്ക് അണഞ്ഞു പോകാതെ സൂക്ഷിക്കാനുള്ള കഴിവാണ്. സ്വത്ത് സംരക്ഷിക്കുന്നതിനേകൾ പ്രധാനമാണ് സ്വധർമ്മ സംരക്ഷണം.

കർമ്മ രംഗങ്ങളിൽ കയ്യൊപ്പു ചാർത്തിയിട്ടുള്ളവരെല്ലാം തനിക്കു മാത്രമായി ലഭിച്ച വരദാനങ്ങളെ തന്റേതായി വളർത്തിയെടുത്തവരാണ്. സ്വന്തം സവിശേഷതകളെ വിശ്വസിക്കുന്നവർ സ്വന്തം

വഴിതാരകൾ തുറക്കും. അല്ലാത്തവർ നാൽകവലകളിൽ അല ഞ്ഞുതിരിയും.

സാന്നിധ്യം ശ്രേഷ്ഠമാക്കുന്നവർ പ്രഗൽഭരാണ്. അസാന്നി ധ്യം അടയാളപ്പെടുത്താൻ കഴിയുന്നവരാണ് അതിവിശിഷ്ടർ. പാ ദങ്ങൾ പതിച്ചു കടന്നുപോകുന്നവർ ഒട്ടേറെയുണ്ട്; പാദമുദ്രകൾ അവശേഷിപ്പിക്കുന്നവർ വിരളവും.

കയ്യൊപ്പിന്റെ വ്യതിരിക്തതയിൽ മാത്രമല്ല കാര്യം. കരവിരുതി ന്റെ വൈചിത്രത്തിലും വൈശിഷ്യത്തിലുമാണ് ഓരോ വ്യക്തിയും തങ്ങളുടേതായ വൈവിദ്ധ്യം കാണിയ്ക്കേണ്ടത്. ഒരുപേരുപോലും കൊത്തി വെയ്ക്കാതിരുന്നിട്ടും കർമ്മസവിശേഷത കൊണ്ടുമാ ത്രം സ്വന്തം പെരുമ ആലേഖനം ചെയ്യുന്നവരുമുണ്ട്. ലഭിച്ച ബഹു മതികളോ സമ്പാദിച്ച ജനപ്രീതിയോ അല്ല അവരെ കാലത്തിന്റെ മുഖമുദ്രയായി കാണക്കാക്കിയത്. അതിന് കാരണം അവർ 'അവ രായി ത്തിരുന്നതു തടയാൻ അവർ ആരെയും. അനുവദിച്ചിട്ടില്ല എന്നുള്ളതാണ്.

# 6

# സ്നേഹവും ഭക്തിയും

ജീവിതവിജയത്തിന് സ്നേഹവും ഭക്തിയും പ്രധാന ഘടകക ങ്ങളാണ്. ആധ്യാത്മികമെന്ന് പേരിട്ട് വിളിക്കുന്ന ഭക്തി നമ്മുടെ മനന രസത്തെ പോഷിപ്പിക്കുന്നു. ആർക്കെല്ലാം മുൻവിധികളില്ലാ ത്ത സ്നേഹമുണ്ടോ അവർക്കു മാത്രമേ യഥാർത്ഥ ഭക്തി അനു ഭവിക്കാൻ കഴിയുകയുള്ളൂ. പരമമായ ഈശ്വരഭക്തി നമ്മുടെ ഹൃ ദയത്തിൽ നിറയുമ്പോൾ നമ്മുടെ ശ്വാസോച്ഛ്വാസങ്ങൾക്ക് സ്നേ ഹത്തിന്റെ അപരിമേയമായ ചന്ദനസുഗന്ധമുണ്ടാകും.

ആ ഭക്തി നമ്മുടെ ഹൃദയശ്രീകോവിലിൽ നിന്ന് തീർത്ഥമാ യി ശരീരത്തിലെ ഓരോ കോശകണങ്ങളിലും ആനന്ദനിർവൃതി യായി, സോമരസമായി ഒഴുകിയെത്തും. സ്നേഹനിഷ്യന്ദി നമ്മുടെ നാഡീഞരമ്പുകൾ നിറയ്ക്കും. അതോടെ അസുലഭവും അനന്ത വും അനിർവ്വചനീയവുമായ സ്നേഹം നമ്മുടെ സ്പർശത്തിലും നോട്ടത്തിലും ഉണ്ടാകുന്നു. നമ്മുടെ സ്പർശത്താൽ ഏതു ദുഃഖി തനും ആനന്ദത്തിലേക്ക് കാലെടുത്തുവെയ്ക്കും. അതാണ് സ്നേ ഹത്തിന്റേയും ഭക്തിയുടേയും സാന്ദ്രത.

ഈ ലോകത്ത് നാം എല്ലാം നേടുന്നു. അലഭ്യലഭ്യമായ അറി വുകൾ പോലും വാരിവിതറുന്നു. വിവരസാങ്കേതികത ലോക ത്തെത്തന്നെ മാറ്റിമറിച്ചിരിക്കുന്നു. എന്നാൽ മതമത്സരങ്ങൾക്ക് എന്തെങ്കിലും കുറവ് വന്നിട്ടുണ്ടോ? ആർക്ക് ആരെയാണ് സ്നേ ഹിക്കാൻ കഴിയുന്നത്? ഓരോ നേട്ടത്തിലും എണ്ണമറ്റ അഹങ്കാ രങ്ങൾ കൊണ്ട് നാം നമ്മെത്തന്നെ മറക്കുന്ന ദൃശ്യമല്ലേ കാണു ന്നത്! സ്വന്തം മാതാപിതാക്കൾ മക്കളെ പണത്തിനുവേണ്ടി കൊ ല്ലുന്നു, ലൈംഗിക തൃഷ്ണ ശമിപ്പിക്കാൻ വേണ്ടി കാമത്തോടെ ആവേശിക്കുന്നു; ഗുരുക്കൻമാർ ശിഷ്യരേയും ശിഷ്യർ ഗുരുക്കന്മാ

രേയും കാര്യസാധ്യത്തിനായി ഉപയോഗിക്കുന്നു.

ആരോടും ഒന്നും സംസാരിക്കാൻ വയ്യാത്തവിധം ആക്രാമാസക്തമായ ഒരു സമൂഹം ഉണ്ടായിവരുന്നു. സ്നേഹത്തിന്റെ വിദൂരചിത്രം പോലും നമ്മിൽ നിന്ന് അകന്നുപോകുന്നു. നമ്മളെല്ലാം നമ്മുടേതായ വലിയ ലോകങ്ങൾ കെട്ടിപ്പടുക്കുകയാണ്. ആ ലോകത്തിൽ ഞാൻ'അല്ലാതെ മറ്റൊന്നുമില്ല എന്ന അഹങ്കാരത്തോടെ.

ഓർമ്മയുടെ നേരിയ പ്രകാശങ്ങളിൽപ്പോലും നമുക്ക് കർത്തവ്യങ്ങൾ അന്യമാകുന്നു.

7

# മാതൃപഞ്ചകം

അമ്മയുടെ മഹത്വത്തെക്കുറിച്ച് ശങ്കരാചാര്യർ രചിച്ച കൃതിയാണ് മാതൃപഞ്ചകം. ഇതിൽ അമ്മയുടെ മഹത്വം നമുക്ക് ദർശിക്കാൻ കഴിയും.

എട്ടാം വയസ്സിൽ സന്യാസം സ്വീകരിച്ച് ദേശം ത്യജിച്ച ശങ്കരൻ അമ്മയ്ക്ക് കൊടുത്ത വാക്ക് "അമ്മ എന്നെ എപ്പോൾ കാണണമെന്ന് ആഗ്രഹിക്കുന്നുവോ ആ സമയം ഞാൻ അമ്മയുടെ മുന്നിലെത്തിയിരിക്കും " എന്നാണ്.

ശങ്കരന്റെ അഭിലാഷം പോലെ തന്നെ അമ്മയുടെ അന്ത്യവേളയിൽ ശങ്കരന് അമ്മയുടെ സമീപം എത്തുവാനും കഴിഞ്ഞു.

അങ്ങിനെ ആ മഹാതപസ്വിയായ മകന്റെ സന്നിധിയിൽ വെച്ച് ആ പുണ്യവതിയായ മാതാവ് ശരീരം വെടിഞ്ഞു സ്വർഗ്ഗലോകം പൂകി.

അമ്മയുടെ ശവസംസ്കാര ചടങ്ങുകൾ ചെയ്യുന്ന സമയത്ത് ആ ഉത്തമപുത്രനായ ശ്രീശങ്കരാചാര്യർ അഞ്ച് ശ്ലോകങ്ങൾ ചൊല്ലി. അതാണ് 'മാതൃപഞ്ചകം'.

ശ്രീ ശങ്കരൻ അമ്മയെ വന്ദിക്കുന്നത് ഇങ്ങനെ;

"നിൽക്കട്ടേ പേറ്റുനോവിൻ കഥ, രുചികുറയും കാലം,

ഏറുംചടപ്പും പൊയ്ക്കോട്ടേ, കൂട്ടിടേണ്ടാ,മലമതിലൊരുകൊല്ലം കിടക്കുംകിടപ്പും നോക്കുമ്പോൾ,

ഗർഭമാകും വലിയ ചുമടെടുക്കുന്നതിൻ കൂലിക്കും തീർക്കാവല്ലെത്രയോഗ്യൻ മകനും അതുനിലയ്ക്കുള്ളോരമ്മേ തൊഴുന്നേൻ".

"പ്രസവവേളയിൽ എന്റെ അമ്മ അനുഭവിച്ച വേദന, ആർക്ക് വിവരിക്കാനാവും?

ഞാൻ ശർഭത്തിലായിരിക്കെ ശരീരം ക്ഷീണിച്ച്, ആഹാരത്തി ന് രുചി കുറഞ്ഞ് ഛർദ്ദിച്ചും, വിഷമിച്ചും തള്ളി നീക്കിയആ ദിവ സങ്ങൾ.

ജനനശേഷം ഒരു വർഷത്തോളം മലമൂത്രാദികളിൽ കിടന്ന് മലിനമാകുന്ന കുഞ്ഞിനെ പരിചരിക്കാനുള്ള കഷ്ടപ്പാട്, ഉറക്കം ഒഴിഞ്ഞുള്ള പരിചരണം, പട്ടിണി കിടന്നും കുഞ്ഞിനെ പോറ്റുന്ന അമ്മ, ഇങ്ങനെ എണ്ണിയാലൊടുങ്ങാത്ത ത്യാഗം ചെയ്തിട്ടുള്ള അമ്മയോട് ഏതു മകനാണ് ആ കടം തീർക്കാൻ കഴിയുക.

അമ്മേ! ഒരു മകൻ എത്ര വലിയവനായാലും, അവന്റെ അമ്മ യോട് കണക്കുതീർക്കാൻ സാധ്യമല്ല. അതിനാൽ ഞാൻ അമ്മയെ സാഷ്ടാംഗം നമിക്കുന്നു.

ഗുരുകുലത്തിൽ പഠിക്കുമ്പോൾ, ഞാൻ സന്യസിച്ചതായി സ്വ പ്നം കണ്ട അമ്മ അതിരാവിലെ പൊട്ടിക്കരഞ്ഞുകൊണ്ട് ഓടി വന്നത് ഇപ്പോഴും എന്റെ സ്മൃതിപഥത്തിലുണ്ട്.

'നീ എന്നെ ഉപേക്ഷിച്ചു പോവുകയാണോ' എന്നു പറഞ്ഞ് കരഞ്ഞുകൊണ്ട് ഓടിവന്ന അമ്മയെക്കണ്ട് സഹപാഠികളും എന്റെ ഗുരുജനങ്ങളും കരഞ്ഞുപോയത് ഞാൻ ഇപ്പോഴും ഓർ ക്കുന്നു.

'അമ്മേ, ആ വാത്സല്യത്തിനും സ്നേഹത്തിനു മുന്നിൽ നമ സ്കരിക്കാൻ മാത്രമേ ഈ മകനു കഴിയൂ.. '

'അമ്മേ, അവിടുന്നു ശരീരം വെടിയുന്ന വേളയിൽ ഒരു തുള്ളി ഗംഗാജലം ചുണ്ടുകളിലിറ്റിക്കാൻ എനിക്കു കഴിഞ്ഞില്ല'.

സന്യാസിയായതിനാൽ ശ്രാദ്ധമൂട്ടാനും എനിക്ക് സാധിച്ചില്ല. അമ്മയ്ക്ക് വേണ്ടി ഒന്നും ചെയ്യാൻ കഴിയാതിരുന്ന ഈ മകനോ ട് ദയവു ചെയ്ത് പൊറുക്കേണമേ'!

'നീ, എന്റെ മുത്തല്ലേ, രത്നമല്ലേ, കണ്ണിന്റെ കണ്ണല്ലേ, എന്റെ രാജാവല്ലേ ദീർഘായുസ്സായിരിക്കൂ' എന്നൊക്കെ പറഞ്ഞ് അമ്മ എന്നെ കുട്ടിക്കാലത്ത് ലാളിച്ചു.

ആ അമ്മയുടെ വായിൽ ഉണക്കലരി ഇടാൻ മാത്രമല്ലെ എനി ക്കിന്ന് കഴിയുന്നുള്ളു.

പ്രസവവേദന സഹിക്കവയ്യാതെ, 'അമ്മേ, അച്ഛാ.. ശിവാ.. കൃ ഷ്ണാ.. ഗോവിന്ദാ, ഹരേ മുകുന്ദാ.. 'എന്നിങ്ങനെ തിരുനാമം ചൊല്ലി അമ്മവേദന സഹിച്ചിരുന്നതായി കേട്ടിട്ടുണ്ട്.

അമ്മേ. അവിടുത്തെ സന്നിധിയിൽ ഞാനിതാ കൂപ്പു കയ്യോ ടെ വന്ദിക്കുന്നു.

എല്ലാം ത്യജിച്ച സന്യാസിപോലും 'അമ്മ' എന്ന രണ്ടക്ഷരത്തിനു മുന്നിൽ തലകുനിക്കുന്നു.

കാരണം ആ രണ്ടക്ഷരത്തിൽ പരമദിവ്യമായ ഈശ്വരഭാവം തുളുമ്പി നില്ക്കുന്നുണ്ട്.

വിശ്വജേതാവായ ശ്രീശങ്കരനാണ് അമ്മയോടുള്ള കണക്കു തീർക്കാൻ ഒരു സന്താനത്തിനും കഴിയുകയില്ലെന്നു ഉറപ്പിച്ചു പറഞ്ഞത്.

നമുക്കൊക്കെ ചെയ്യാൻ കഴിയുന്നത് അമ്മയെ തൊഴുക മാത്രം.

എത്രയോ കഷ്ടപ്പെട്ടിട്ടാണ് നമ്മുടെ അമ്മമാർ നമ്മളെ ഈ നിലയിലാക്കിയതെന്ന് നമ്മൾ ചിന്തിക്കുന്നുണ്ടെങ്കിൽ ആ

അറിവ് അമ്മയുടെ മുന്നിൽ നമ്മെ വിനയാന്വിതനാക്കും.

വിനയമുള്ള മകനിൽ അമ്മയുടെ അനുഗ്രഹം അമ്മയറിയാതെ തന്നെ ചൊരിയപ്പെടും.

അമ്മയുടെ അനുഗ്രഹമാണ് നമ്മുടെ ഭാവിയുടെ അടിസ്ഥാനശില.

# 8

# മിത്രസമ്പാദനം

ജീവിതം സന്തോഷകരമായിത്തീരണമെങ്കിൽ നമ്മുടെ ഓരോ പ്രവൃത്തികളും കലയാക്കി മാറ്റണം. ഇതിൽ ഏറ്റവും ശ്രേഷ്ഠവും മഹത്തരവുമായ കലയാണ് മിത്രസമ്പാദനവും മിത്രങ്ങളെ മിത്രങ്ങളായി നിലനിർത്തിക്കൊണ്ട് പോവുക എന്നുള്ളതും.

നമ്മൾ എപ്പോഴും നമുക്കുചുറ്റുമുള്ള എല്ലാവരോടും സൗഹൃദത്തിലായിരിക്കുവാൻ ശ്രമിക്കണം. അതുപോലെ "ശത്രുവിനെ മിത്രമാക്കി മാറ്റാനുള്ള കഴിവും നേടിയെടുക്കണം. ഒന്ന് മനസ്സിലാക്കുക അനായാസകരമായ, സുന്ദരമായ ജീവിതത്തിനു ഏറ്റവും അത്യാവശ്യമാണ് എല്ലാവരോടുമുള്ള മിത്രമനോഭാവം. പക്ഷേ, നമ്മുടെ പല ബലഹീനതകൾ കൊണ്ടും അനാവശ്യമായ വികാരങ്ങൾ കൊണ്ടും സ്വന്തം കുടുംബാംഗങ്ങളെപ്പോലും ശത്രുക്കളാക്കുന്ന അവസ്ഥയാണ് നമുക്ക് ഉണ്ടായിക്കൊണ്ടിരിക്കുന്നത്. ബന്ധങ്ങളിൽ വിള്ളലുണ്ടാകാനുള്ള പ്രധാന കാരണം നമ്മളോരോരുത്തരുടെയും പെരുമാറ്റമോ ചിന്താഗതികളോ തന്നെയാണ്. ഈ അകൽച്ചയും വിള്ളലുകളും നമ്മളോരോരുത്തരുടെയും മനസ്സിനെയും ഹൃദയത്തെയുമാണ് ബാധിക്കുന്നത്.

നമ്മൾ വീടുകളിലായാലും കർമ്മ മേഖലയിലായാലും, മറ്റുള്ളവരോട് നന്നായി ഇടപഴകി ഐക്യത്തോടെ ജീവിക്കുകയാണെങ്കിൽ മാത്രമേ നമ്മുടെ ജീവിതത്തിൽ സന്തോഷവും സമാധാനവും ഉണ്ടാക്കുവാൻ സാധിക്കുകയുള്ളൂ. നമ്മൾ നമ്മുടെ അയൽവാസികളോടും മിത്രതാ മനോഭാവം വച്ച് പുലർത്തുവാൻ ശ്രമിക്കണം' നമ്മളോട് അടുപ്പമുള്ള ഓരോരു ത്തരോടും സൗഹൃദഭാവം ഊട്ടിഉറപ്പിക്കണം. ഈ ഒരു കല സ്വായത്തമാക്കണം. പിന്നെ ഒരു കാര്യം ശ്രദ്ധിക്കേണ്ടത്എല്ലാവരോടുമുള്ള സ്നേഹം നിരുപാധിക

വും ശുദ്ധവുമായിരിക്കണം. അങ്ങനെ യുള്ള സൌഹൃദം അന ശ്വരമായി രിക്കും. സ്വാർത്ഥമായ സ്നേഹ വും,സൗഹൃദങ്ങളും ഒരിക്കലും വിജയകരവും ആനന്ദദായകവും ആയിരിക്കുകയില്ല. ഓരോരുത്ത രെയും നമ്മളുമായി ബന്ധിക്കാ നും അവർക്ക് സ്വാതന്ത്ര്യം കൊടുക്കാനുമുള്ള കഴിവ് സ്നേഹത്തിൽ നിക്ഷിപ്തമാണ്. അതു കൊണ്ട് നല്ല ബന്ധം ഉണ്ടാകുവാൻ നമ്മളോരോരുത്തരും പുനർവിചിന്തനം നടത്തേണ്ടതായിട്ടുണ്ട്.

എന്നാൽ നമ്മൾ കാണിക്കുന്ന സ്നേഹം ഒരിക്കലും മറ്റുള്ളവർ ക്ക് ബന്ധനമായിത്തീരരുത്. നമ്മുടെ സ്വാർത്ഥത കൊണ്ടുണ്ടാവുന്ന സ്നേഹം പലപ്പോഴും നമ്മുടെ അമിതസ്നേഹത്തിന് കാരണമായേക്കാം.

പക്ഷേ, ഇന്നത്തെ പല കുടുംബ ബന്ധങ്ങളുടെയും തകർച്ചക്ക് കാരണം ഈ സ്വാർത്ഥതയും അമിതസ്നേഹവും ആണെന്ന കാര്യത്തിൽ യാതൊരു സംശയവുമില്ല.

ഈ അവസ്ഥ തീർത്തും മോശമായിത്തീരുന്ന കാഴ്ചയാണിന്ന് നമുക്ക് കാണാൻ സാധിക്കുന്നത്. എന്നാൽ ശുദ്ധവും സ്പഷ്ടവും നിർമ്മലവുമായ സ്നേഹ, സൗഹൃദ ബന്ധങ്ങളാണെങ്കിൽ മറ്റുള്ളവരെ ബന്ധിക്കാനോ കടിഞ്ഞാണിടാനോ പോവുകയില്ല. അതുകൊണ്ട് എല്ലാവർക്കും നല്ലതിന് വേണ്ടി, നമ്മുടെ ചുറ്റുപാടിൽ സ്നേഹവും സൗഹൃദവും കാത്തു സൂക്ഷി ക്കാൻ നമുക്കോരോരുത്തർക്കും കൂട്ടായി ശ്രമിക്കാം. ഈ കല സ്വായത്തമാക്കുന്നതിനു വേണ്ടി, ദീർഘവീക്ഷണമുള്ള ഒരു ചിന്താഗതി നമുക്ക് വളർത്തിയെടുക്കാൻ ശ്രമിക്കാം. അങ്ങിനെ ലോകം മുഴുവൻ സ്നേഹവും സമാധാനവും പ്രസരിപ്പിക്കാൻ നമുക്കോ രോരുത്തർക്കും കൈകോർക്കാം.

9

# പുണ്യമായ സത്കർമ്മങ്ങൾ

ഭക്തി, ആരോഗ്യം, സന്തോഷം, മനസ്സമാധാനം, ഉറക്കം, ഇതിനേ ക്കാൾ പണത്തിന് പ്രാധാന്യം നൽകരുത്.

കണ്ണുനീർ തുടയ്ക്കുക,പ്രപഞ്ചസൃഷ്ടിയെ വണങ്ങുക. നല്ല തുമാത്രം വിചാരിക്കുക, നമുക്ക് കിട്ടിയതെല്ലാം അനുഗ്രഹങ്ങളാണെന്നോർക്കുക.

സത്ഫലങ്ങൾ മാത്രം തരുന്ന മരത്തെപ്പോലെയാവുക. കല്ലെറിഞ്ഞാലും അത് ഫലങ്ങൾ കൊഴിച്ചുതരും.

പെരുമാറ്റരീതികളും,മനോഭാവങ്ങളും പൂന്തോട്ടത്തേക്കാൾ മനോ ഹരമാക്കുക

സമയത്തെ ക്രമീകരിച്ചാൽ ചെയ്യാനുള്ളതെല്ലാം ചെയ്യാൻ കഴിയും.

നല്ലഗ്രന്ഥങ്ങൾ വായിക്കുക.. അല്ലെങ്കിൽ വിശുദ്ധ ഗ്രന്ഥങ്ങളുടെ പാരായണം ശ്രവിക്കുക.

ഒരു പക്ഷെ അതിലെ ഒരു ചെറിയ വചനം ഹൃദയത്തിൽ പ്രകമ്പനം സൃഷ്ടിച്ചേക്കാം.

നിങ്ങളുടെ അലങ്കാരം' സ്വർണ്ണമോ വെള്ളിയോ അല്ല, മറിച്ച് എളിമ, വിനയം, ക്ഷമ, ദയ, അറിവ്, പരോപകാരം എന്നിവയാണ്.

നിരാശയിൽ അകപ്പെട്ടാൽ ഒന്നും പഠിക്കാനോ ഒന്നിലും സന്തോഷം കണ്ടെത്താനോ കഴിയില്ല.

ആരോഗ്യകരമായ ശരീരത്തിൽ ചതി, വിദ്വേഷം, അസൂയ എന്നിവക്ക് സ്ഥാനമില്ല.

ദാനധർമ്മങ്ങളിലൂടെ പാവപ്പെട്ടവന്റെയും ആവശ്യക്കാരന്റെയും സ്നേഹം നേടുക

പ്രാർത്ഥന പതിവാക്കുക.

ഒരുമിനിട്ടിലൊരു ആശയം രൂപീകരിക്കുക,

ഒരു മണിക്കൂറിലൊരു സൽകർമ്മമെങ്കിലും ചെയ്യുക.

നിങ്ങളുടെ മതമാണ് നിങ്ങളുടെ സ്വർണ്ണം, ധാർമ്മികതയാണ് അലങ്കാരം, നല്ല പെരുമാറ്റമാണ് സമ്പത്ത്.

ഉപദേശം കൊണ്ടും ദയയുള്ള വാക്കുകൾകൊണ്ടും നിങ്ങളെ സഹായിക്കാൻ കഴിയുന്നവരോട് മാത്രം നിങ്ങളുടെ സങ്കടങ്ങൾ പങ്കുവെക്കുക.

ഓരോ ദിവസവും പുതിയ തുടക്കമാവുക. ചെയ്യാൻ കഴിയാത്ത കാര്യങ്ങളെ ഓർത്ത് വിഷമിക്കരുത്, മെച്ചപ്പെടുത്താൻ കഴിയുന്ന കാര്യങ്ങൾക്ക് സമയം കണ്ടെത്തുക.

നിങ്ങളുടേതു പോലെ എല്ലാവർക്കും പ്രശ്നങ്ങളുണ്ടെന്ന് ഉൾക്കൊള്ളുക. മനസ്സ് ശാന്തമാക്കുക.

കഴിഞ്ഞ കാലത്ത് നിങ്ങൾ തെറ്റുകൾ ചെയ്തിട്ടുണ്ടെങ്കിൽ അതിൽ നിന്ന് പാഠം ഉൾക്കൊള്ളുക, എന്നിട്ട് അവയെ വിട്ടുകളയുക.

ഏറ്റവും നീചമായ ശത്രുവാണ് നിരാശ, അതിന് മന:സ്സമാധാനം നശിപ്പിക്കാനുള്ള കരുത്തുണ്ട്.

പോയകാലത്തെ മാറ്റാൻ നമുക്കാകില്ല. ഇനിയുള്ള കാലത്ത് എന്താണ് സംഭവിക്കുക എന്നും നമുക്കറിയില്ല, പിന്നെന്തിനാണ് നാം സങ്കടപ്പെടുന്നത്!

- ഭക്ഷണം കുറക്കുക, ശരീരത്തിന് ആരോഗ്യമുണ്ടാകും.
- പാപങ്ങൾ കുറക്കുക, മനസ്സിന് ആരോഗ്യമുണ്ടാകും.
- ദു:ഖങ്ങൾ കുറക്കുക, ഹൃദയ ത്തിന് ആരോഗ്യമുണ്ടാകും.
- സംസാരം കുറക്കുക, ജീവിത ത്തിന് ആരോഗ്യമുണ്ടാകും.

ജീവിക്കുന്ന സമയം കുറച്ചേയുള്ളൂ എന്ന് ഓർക്കുക. വിഷമിച്ചും, ദുഖിച്ചും പിന്നെയും പിന്നെയും ജീവിതത്തെ ചെറുതാക്കി കളയാതിരിക്കുക.

മോശമായ നാവ് അതിന്റെ ഇരയെക്കാൾ അതിന്റെ ഉടമയെയാണ് കൂടുതൽ പ്രയാസമുണ്ടാക്കുക.

സുന്ദരിയായ സ്ത്രീ ആഭരണമാണെങ്കിൽ, സദ്വൃത്തയായ സ്ത്രീ നിധിയാണ്.

മനസ്സ് സുന്ദരമായാൽ കാണുന്നതെല്ലാം സുന്ദരമാകും.

ഈപുണ്യമായ സത്കർമ്മങ്ങളിൽ നമുക്ക് എല്ലാവർക്കും പങ്കാളിയാകാം

## 10

# ഒരു കിരീടത്തിലെ രണ്ടു പൊൻതൂവലുകൾ

ഒരു മകൾ ഒരിക്കൽ അവളുടെ അമ്മയോട് ചോദിച്ചു. ?

മക്കളായ ഞങ്ങളെ വളർത്താൻ അച്ഛനാണോ അമ്മയാണോ കൂടുതൽ ത്യാഗം ചെയ്തത്.. ?

മകളുടെ ചോദ്യത്തിന് ആ അമ്മ കൊടുത്ത ഉത്തരം.

മക്കളായ നിങ്ങളെ വളർത്താൻ നിങ്ങളുടെ അച്ഛൻ സഹിച്ച ത്യാഗമൊന്നും ഈ അമ്മ ചെയ്തിട്ടില്ല. ! എന്നാണ്. അവർ തുടർന്നും പറയുകയാണ്.

"ഞാൻ വിവാഹം കഴിഞ്ഞു വരുമ്പോൾ നിങ്ങളുടെ അച്ഛൻ ഇങ്ങ നെ ആയിരുന്നില്ല. അദ്ദേഹം സ്വന്തമായ താൽപര്യങ്ങളും ഇഷ്ട ങ്ങളുമുള്ള വ്യക്തിയായിരുന്നു.. !

പിന്നീടങ്ങോട്ട് എനിക്കും നിങ്ങൾക്കും വേണ്ടി, നമുക്ക് ഒരു കുറവും ഉണ്ടാകാതിരിക്കാൻ വേണ്ടി അദ്ധ്വാനിക്കുകയായിരുന്നു.

നമ്മുടെ ഭക്ഷണത്തിനും, വസ്ത്രത്തിനും, മരുന്നിനും നിങ്ങളുടെ വിദ്യാഭ്യാസത്തിനും അങ്ങനെ എത്ര എത്ര ആവശ്യങ്ങൾ !എല്ലാം നടന്നത് അച്ഛന്റെ അദ്ധ്വാനം കൊണ്ടു മാത്രമാണ്. "

തുടർന്ന് ആ മകൾ ഇതേ ചോദ്യം അവളുടെ അച്ഛനോടുംചോദിച്ചു.. !

അച്ഛന്റെ മറുപടി... മറ്റൊന്നായി രുന്നു..

"നിങ്ങളുടെ അമ്മയുടെ ത്യാഗം അതെത്രയെന്ന് പോലും എനി ക്കറിയില്ല. നിങ്ങളെ വളർത്താൻ നിങ്ങളെ വലുതാക്കാൻ അവൾ സഹിച്ചതൊന്നും ഞാൻ അറിഞ്ഞിട്ടില്ല. അവർ എന്നെ അറിയിച്ചിട്ടുമില്ല. !

അവളുടെ ക്ഷമയും സഹനവും ആണ് ഇന്ന് ഈ കുടുംബ

ത്തെ ഇവിടെ വരെ എത്തിച്ചത്. അവൾക്കും ഉണ്ടായിരുന്നു ഇഷ്ട ങ്ങൾ ! സ്വപ്നങ്ങൾ! അതെല്ലാം അവർ വേണ്ടെന്നു വെയ്ക്കുക യായിരുന്നു. എനിക്കും നിങ്ങ ൾക്കും വേണ്ടി. !നമ്മുടെ കുടുംബ ത്തിന് വേണ്ടി. !

എന്റെ വരവുകൾ അറിഞ്ഞു അവൾ ചിലവാക്കി. അവൾ ക്ക് അത്യാവശ്യമുള്ള പലതും അവൾ വേണ്ടന്ന് വെച്ചു നമുക്ക് വേണ്ടി..

അങ്ങനെ അവർ എന്നോട് ചേർന്ന് നിങ്ങൾക്ക് വേണ്ടി പൊ രുതുകയായിരുന്നു.. !

അവളേക്കാൾ കൂടുതൽ ത്യാഗങ്ങളൊന്നും ഞാൻ ചെയ്തി ട്ടില്ല.

ഇതെല്ലാം കേട്ട മകൾ അവളുടെ സഹോദരിയോട് പറഞ്ഞു

ഈ ലോകത്തിലെ ഏറ്റവും ഭാഗ്യമുള്ള മക്കൾ നമ്മൾ ആണ്!

അച്ഛന്റെ ത്യാഗം മനസ്സിലാക്കുന്ന അമ്മയും അമ്മയുടെ ത്യാഗം മന സ്സിലാക്കുന്ന അച്ഛനു!

ഇതു തന്നെയാണ് എല്ലാവരുടേയും കുടുംബത്തിൽ ഉണ്ടാ വേണ്ടതും!

മനസ്സിലാക്കുക!

മാതാപിതാക്കൾ രണ്ടല്ല അവർ ഒരു കിരീടത്തിലെ രണ്ടു പൊൻ തൂവലുകളാണ്.

11

# കുടുംബമെന്ന ക്ഷേത്രത്തിലെ സ്ത്രീസങ്കല്പം

പവിത്രമായ ക്ഷേത്രമാണ് കുടുംബമെങ്കിൽ അതിലെ ദേവി സ്ത്രീയാണന്നാണ് ഭാരതീയ സങ്കല്പം.

മുത്തശ്ശിയിൽ നിന്നും അമ്മയിൽ നിന്നും, ഭാര്യയിൽ നിന്നും സഹോ ദരികളിൽനിന്നും സുഹൃത്തു ക്കളിൽനിന്നും അറിവും ആചാര ങ്ങളും പകർന്നു തരുന്നതിൽ സ്ത്രീകൾക്കുള്ള പങ്ക് അതിപ്രസ ക്തവും പ്രാധാന്യമുള്ളവയുമാണ്.

സാത്വികഭാവമുള്ള സ്ത്രീകൾ, പുലർച്ചെ ചൊല്ലുന്ന ദേവിവ ന്ദനം മുതൽ സന്ധ്യാദീപവും രാമനാമവും വരെ ഓരോ ഭവനത്തി നും, അതിൽ വസിക്കുന്നവർക്ക് പകർന്നു നൽക്കുന്ന ഭക്തിയില ധി ഷ്ഠിതമായ ഹൈന്ദവമൂല്യങ്ങൾ തന്നെയാണ് ഒരു കുഞ്ഞിനെ വ്യക്തിയാക്കുന്നതിലും, വ്യക്തിയെ ഒരു ഉത്തമ പൌരനാക്കുന്ന തിലുമുള്ള അടിസ്ഥാനഘടകം. സ്നേഹം, നീതി, ധർമം, കർമം, ഭക്തി എന്നീ അഞ്ചു തിരികളിട്ട ഭദ്രദീപം തെളിയിച്ച് വെളിച്ചം പക ർന്നു നൽകിയിരുന്നു ഭാരതസ്ത്രീകൾ

എന്നാലിന്ന് മുത്തശ്ശിമാരില്ലാത്ത, അമ്മയും അച്ഛനും ജോലി ക്കു പോകുന്ന, അണുകുടുംബ ങ്ങളായി ആധുനികത മനുഷ്യൻ ജീവിതം തള്ളിനീക്കുന്നു. കുട്ടികളെ മുലയൂട്ടാൻ മടിക്കുന്ന അമ്മ മാരും പെറ്റമ്മയുടെ മുലപ്പാലുപോലും കുടിക്കാൻ ഭാഗ്യമില്ലാത്ത തലമുറകളും ചേർന്ന് പാശ്ചത്യരാജ്യങ്ങളുടെ ഭൌതിക ജീവിതം അതേപടി അനുകരിക്കുന്ന ഒരു ജീർണ്ണിച്ച സാമൂഹിക അന്തരീ ക്ഷത്തിലേക്ക് പുതിയ തലമുറ വഴുതിവീണു. അതൊടെ കുടംബ ക്ഷേത്രത്തിലെ ദേവിയുടെ ചൈതന്യം നഷ്ടപ്പെടുകയും അഞ്ചു തിരിയിട്ട ഭദ്രദീപം അണയുകയും ചെയ്തു.

ഭാരതം, അനേകമായിരം സ്ത്രീരത്നങ്ങൾക്കു ജന്മമേകിയ നാടാണ്. തന്റെ പാതിവൃത്യം കൊണ്ട് മധുരാനഗരം ക്രോധാഗ്നിയിൽ ചാമ്പലാക്കിയ ദേവി കണ്ണകിയും, ഉറുമികൊണ്ടു ഉത്തരം നൽകുന്ന വടക്കൻ പാട്ടുകളിലെ ഉണ്ണിയാർച്ചയും, ബ്രിട്ടീഷ് അധിനിവേശകരോട് ഒറ്റയ്ക്കു പൊരുതിയ റാണി ലക്ഷ്മിഭായി എന്ന ജഹാൻസി റാണിയും, അനാചാരത്തിനു എതിരെ സ്തനങ്ങൾ അറുത്തു നൽകിയ നങ്ങേലിയും, ഭാരതത്തിന്റെ അഭിമാനമായിരുന്ന സരോജിനി നായിഡു മുതൽ അനേകായിരം സ്ത്രീരത്നങ്ങൾ പിറന്നുവീണ പരിപാവനമായ മണ്ണാണിത്...

ഒരു നാടിന്റെ ജീവസ്രോതസ്സാണ് സ്ത്രീ. എല്ലാ രാജ്യങ്ങളും സ്ത്രീകളുടെ ഉന്നമനത്തിന് അത്യധികം പ്രാധാന്യമാണ് നൽകുന്നത്. കാരണം ഒരു കുടുംബം നന്നാകുന്നത് സ്ത്രീ നന്നാകുമ്പോഴാണ്. ഓരോ കുടുംബവും നന്നാകുമ്പോഴാണ് ഒരു രാജ്യം നന്നാകുന്നത്.

## 12

# നമ്മുടെ ഭാരതം അമൂല്യമായൊരു പൂങ്കാവനം

ഈശ്വരൻ നമുക്കും മറ്റു ജീവജാലങ്ങൾക്കും കനിഞ്ഞ നുഗ്രഹിച്ച് നൽകിയ അമൂല്യമായൊരു പൂങ്കാവനമണ് നമ്മുടെ ഭാരതം. സകല ജീവജാലങ്ങൾക്കും സന്തോഷത്തോടും സമാധാനത്തോടും ആരോഗ്യത്തോടും ജീവിക്കാനുള്ള സകല വിഭവങ്ങളും സമ്പത്തുക്കളും ഈശ്വരൻ ഈ പൂങ്കാവനത്തിലൊരുക്കിയിട്ടുണ്ട്. പക്ഷേ ഇതിൽ നിന്നും എടുക്കുന്നതനുസരിച്ച് നമ്മൾ തിരിച്ച് വെയ്ക്കണെമെന്ന് മാത്രം. ഈശ്വരൻ ഈ പൂങ്കാവനത്തിലെ വിഭവങ്ങൾ ആവോളം ആസ്വദിക്കാനും അനുഭവിക്കാനുമുള്ള അനുവാദവും അനുഗ്രഹവും നമുക്ക് നൽകി. അതോടൊപ്പം ഈ പൂങ്കാവനവും ഇതിലെ വിഭവങ്ങളും കോട്ടം വരാതെ ഭംഗിയായി സൂക്ഷിക്കാനുള്ള ഉത്തരവാദിത്വവും ഈശ്വരൻ നമ്മെ വിശ്വസിച്ചേല്പിച്ചു. പക്ഷെ, ബുദ്ധിയും തിരിച്ചറിവുമുള്ള മനുഷ്യൻ ഈശ്വരനോട് കൂറുകാട്ടിയില്ലെന്നു പറയേണ്ടിവരുന്ന ഒരവസ്ഥ ഇപ്പോൾ എത്തിച്ചേർന്നിരിക്കുന്നു. തിരിച്ചറിവില്ലാത്ത മറ്റ് ജീവജാലങ്ങൾ ഈശ്വരന്റെ കല്പന യഥാവിധി തെറ്റിക്കാതെ അനുസരിക്കുന്നു. എന്നാൽ മനുഷ്യൻ എല്ലാറ്റിനെയും കടന്നാക്രമിക്കുകയാണ്.

ഇപ്പോൾ നമ്മുടെ രാജ്യത്ത് കലാപങ്ങളും ഭീകരവാദവും അഭയാർത്ഥി പ്രശ്നങ്ങളുമെല്ലാം ഭയാനകമായി കൂടിക്കൊണ്ടിരിക്കുന്ന കാഴ്ചയാണ് നമ്മൾ കണ്ടുകൊണ്ടിരിക്കുന്നത്. നമ്മുടെ സമ്പദ് വ്യവസ്ഥ ദിനംപ്രതി തകർന്നു കൊണ്ടിരിക്കുകയാണ്. കാലാവസ്ഥാ വ്യതിയാനത്തിന്റെ പ്രത്യാഘാതങ്ങൾ നമ്മൾ അനുഭവിക്കുന്നു. കേവലം നാവിൻ തുമ്പിൽ ഒതുങ്ങുന്ന അനുകമ്പയല്ല നിഷ്ക്കാമമായി പ്രവർത്തിക്കാൻ ഒരുക്കമുള്ള കൈകളാണ് നമുക്ക്

വേണ്ടത്. ഇരുട്ടിന്റെ തീവ്രത കണ്ട് പേടിച്ച്, 'നമുക്കെന്തു മാറ്റം വരുത്താൻ കഴിയും' എന്ന് സംശയിച്ച് മാറി നിൽക്കുകയല്ല വേണ്ടത് നമ്മുടെ ഉള്ളിലെ സ്നേഹത്തിന്റേയും വിശ്വാസത്തിന്റേയും ദീപങ്ങൾ തെളിച്ച് ഒന്നിച്ചൊറ്റക്കെട്ടായി മുന്നോട്ട് നീങ്ങിയാൽ നമുക്ക് മാറ്റങ്ങൾ വരുത്താൻ കഴിയും.

നമ്മുടെ ഭാരതത്തിന്റെ രണ്ട് മുഖങ്ങളിൽ ഒന്ന് വിവരശാസ്ത്രസാങ്കേതിക പുരോഗതി കൊണ്ട് പ്രസന്നമായിരിക്കുന്നതും മറ്റേത് അതിന്റെ നിഴലിൽ മറഞ്ഞിരിക്കുന്ന ദാരിദ്ര്യവും നിരക്ഷരതയും അനാരോഗ്യവും ശുചിത്വമില്ലായ്മയും സ്ത്രീപീഡനങ്ങളുമാണ്.. ഇപ്രകാരം രണ്ട് വിത്യസ്ഥ മുഖങ്ങൾ ഒന്നിച്ച് കാണപ്പെടുന്നത് ഒരു രോഗലക്ഷണമായി കാണേണ്ടി വരും. അതുകൊണ്ടു സുശക്തവും സ്വസ്ഥവുമായ ഒരു രാഷ്ട്രം രൂപപ്പെടണമെങ്കിൽ ഈ രണ്ടു മുഖങ്ങളും മാറി സുന്ദരമായ മറ്റൊരു മുഖം ഉണ്ടായേ മതിയാകൂ. അങ്ങനെയായാൽ ഇവിടെ ആരും പട്ടിണി കിടക്കില്ല. ആർക്കും കേറിക്കിടക്കാനൊരു കൂരയില്ലാതെ വരില്ല, ആരും ശരിയായ ചികിത്സ കിട്ടാതെ മരിക്കേണ്ടി വരില്ല. നമ്മുടെയെല്ലാം അറിവും കഴിവും കാരുണ്യവും കൈകോർത്താൽ ശാന്തിയും സമാധാനവും ഐശ്വര്യവും ഉള്ള ഒരു രാജ്യം നമുക്ക് ഉണ്ടാക്കുവാൻ കഴിയും.

ഭൗതിക സുഖസൗകര്യങ്ങൾക്കായുള്ള പരക്കം പാച്ചിലിനിടയിൽ നാം കാണാതെ പോകുന്ന ചില കാര്യങ്ങളുണ്ട്. അവയിൽ നാലെണ്ണത്തിന്റെ കാര്യത്തിലെങ്കിലും നാം അടിയന്തിരമായി ശ്രദ്ധിയ്ക്കുകയും വേണ്ട നടപടികൾ കൈക്കൊള്ളുകയും വേണം. അല്ലെങ്കിൽ കാര്യങ്ങൾ നമ്മുടെ കൈവിട്ടു പോയെന്നു വരാം.

1. മൂല്യങ്ങളെ അവഗണിച്ചുകൊണ്ടുള്ള വിദ്യാഭ്യാസം
2. സംസ്കാരത്തെ അവഗണിച്ചുകൊണ്ടുള്ള പരിഷ്ക്കാരം
3. പ്രകൃതിയെ അവഗണിച്ചുകൊണ്ടുള്ള വികസനം
4. ആരോഗ്യത്തെ അവഗണിച്ചുകൊണ്ടുള്ള ജീവിതശൈലി

ഈ നാലു മേഖലകളിൽ ആവശ്യമായ ശ്രദ്ധ പതിപ്പിച്ചാൽ നമ്മുടെ രാജത്തിന്റെ പുരോഗതി സുസ്ഥിരമാകുകയും അത് മറ്റ് ലോകരാഷ്ട്രങ്ങൾക്ക് മാതൃകയും പ്രചോദനവുമായിതീരുകയും ചെയ്യും.

അറിവും കഴിവും കാരുണ്യവും കൈകോർത്താൽ ഐശ്വര്യപൂർണ്ണവും സമ്പൽ സമൃദ്ധമായ ഭാരതം നമുക്ക് പടുത്തുയർത്താം.

13

# നമ്മൾ കുരങ്ങനെക്കാൾ മണ്ടന്മാർ

ബ്രസീലിലെ ആദിവാസികൾ കുരങ്ങനെ പിടിക്കാൻ ഉപയോഗിക്കുന്ന ഒരു പ്രത്യേകതരം കെണിയുണ്ട്.

തേങ്ങയേക്കാൾ കുറച്ചുകൂടി വലിപ്പമുള്ള ഒരുതരം കായയിൽ ഒരു ചെറിയ ദ്വാരം ഇട്ട് ഉള്ളിലുള്ളതെല്ലാം തുരന്ന് പൊളളയാക്കി, അതിൽ കുറെ അണ്ടിപരിപ്പ്പോലുള്ള രുചിയേറിയ ഭക്ഷണ സാധനങ്ങൾ നിറച്ചു വയ്ക്കും.

നല്ല വാസന ഉണ്ടാകാൻ വേണ്ടി അവയെല്ലാം തീയിൽ ചുട്ടെടുത്താണ് അതിൽ നിറയ്ക്കുക. അതിനു ശേഷം അത് ഏതെങ്കിലും മരത്തിന്റെ കടഭാഗത്തായി കെട്ടിവയ്ക്കുകയോ, തടിയിൽ മര കുറ്റിവച്ച് ഉറപ്പിക്കുകയോ ചെയ്യും.

ആളനക്കം ഇല്ലാതാകുമ്പോൾ കുരങ്ങൻ മണംപിടിച്ചു വന്ന് തീറ്റക്ക് വേണ്ടി ആ ചെറിയ ദ്വാരത്തിലൂടെ കൈകൾ കടത്തും. ഉള്ളിൽ കിടക്കുന്ന തീറ്റയെല്ലാംകൂടി കയ്യിൽ വാരികഴിഞ്ഞാൽ കൈകൾ തിരിച്ചെഎടുക്കാൻ പറ്റാത്ത അവസ്ഥയാകും. കയ്യിൽ ഇരിക്കുന്ന തീറ്റകൾ വിട്ടാൽ എളുപ്പത്തിൽ കൈകൾ പുറത്തെടുക്കാം, പക്ഷെ അത്രയും പ്രിയപ്പെട്ട തീറ്റ നഷ്ടപ്പെടുത്താൻ കുരങ്ങൻ തയ്യാറാവില്ല. കൈകൾ ചുരുട്ടി പിടിച്ചു കൊണ്ട്തന്നെ പുറത്തേക്ക് കൈകൾ വലിച്ചു കൊണ്ടിരിക്കും. പക്ഷെ കയ്യിലുള്ള സാധനങ്ങൾ കളയാതെ കുരങ്ങന് കൈകൾ വലിച്ചെടുക്കാൻ കഴിയുന്നില്ല.

കുരങ്ങൻ വന്ന് ദ്വാരത്തിൽ കൈ കടത്തിയാൽ കുരങ്ങൻ അകപ്പെട്ടു എന്ന് ആദിവാസികൾക്ക് അറിയാം. അവർ ഒരു വടിയുമായി വന്ന് അതിനെ തല്ലി കൊല്ലും. തലക്ക് അടികൊണ്ട് ചാവു

ന്നതിന്റെ തൊട്ടു മുൻപുള്ള ആ ഒരു നിമിഷമെങ്കിലും കയ്യിലുള്ള ആ പ്രിയപ്പെട്ട സാധനങ്ങൾ ഉപേക്ഷിക്കുവാൻ കുരങ്ങൻ തയ്യാറായിരുന്നുവെങ്കിൽ, അതു കൊല്ലപ്പെടുകയില്ലായിരുന്നു. !

പാവം..! മണ്ടൻ കുരങ്ങൻ അല്ലേ..?

എന്നാൽ ആ കുരങ്ങനെക്കാൾ വലിയ മണ്ടന്മാരാണ് നമ്മൾ!

നമ്മൾ നശ്വരമായ ഈ ലോകത്തിന്റെ ദ്വാരത്തിൽ കയ്യിട്ട്, പലതും ചുരുട്ടി പിടിച്ചിരിക്കുകയാണ്. നമ്മുടെ സമ്പത്ത്, ദുരഭിമാനം, കുടുംബമഹിമ, വിദ്വേഷങ്ങൾ, ജാതിമത ചിന്തകൾ അങ്ങനെ ഒരുപാട് ഒരുപാട് കാര്യങ്ങൾ. !

തലയ്ക്കു അടി കൊള്ളുമ്പോൾ നമ്മളും ദൈവത്തെ വിളിക്കുന്നു ണ്ട്. പക്ഷെ നമ്മുടെ ചുരുട്ടിപിടിച്ച കൈ നിവർത്താൻ നമ്മൾ തയ്യാറാവാത്തിടത്തോളം കാലം, എത്ര ഉറക്കെ ദൈവത്തെ വിളിച്ചു കരഞ്ഞാലും കാര്യമില്ല. സ്വന്തം ജീവനെ പോലും ആവശ്യാനുസരണം പിടിച്ചുനിറുത്താനോ, ഒരു നിമിഷത്തെപോലും നിയന്ത്രിക്കാനോ കഴിയാത്ത നിസ്സാരൻമാരായ നമ്മൾ, നമ്മുടെ കയ്യിൽ ചുരുട്ടിപിടിച്ചിരിക്കുന്ന പലതും വിട്ടുകളയാൻ തയ്യാറാവുന്നില്ല.

ഒരു പ്രശ്നം ഉണ്ടാകുമ്പോൾ സ്വന്തം കൈ നിവർത്താതെ ദൈവത്തെ വിളിച്ചു കരഞ്ഞിട്ട് ഒരു കാര്യവുമില്ല. എത്ര അനുഭവിച്ചാലും നമ്മൾ മനസ്സിലാക്കുകയുമില്ല.

അപ്പോൾ നമ്മളല്ലേ കുരങ്ങനെക്കാൾ മണ്ടന്മാർ!

14

# ജീവിതം എപ്പോഴും പരിവർത്തനത്തിന് വിധേയമാണ്

നമ്മളെല്ലാവരും സ്നേഹിക്കുവാനും സ്നേഹിക്കപ്പെടാനും വേണ്ടി ഒരുപാട് കാര്യങ്ങൾ ചെയ്യുന്നു. വ്യക്തികളെയും സംഭവങ്ങളെയും വസ്തുക്കളെയും സ്നേഹിക്കാൻ ശ്രമിക്കുന്നു. ഈ സ്നേഹം പങ്കുവെക്കുന്ന സമയത്ത് നമ്മൾ അനുഭവിക്കുന്ന സുഖം എന്നും നിലനിൽക്കണമെന്നും സ്നേഹിക്കുന്ന വസ്തുവോ വ്യക്തിയോ എന്നും തന്റേതായിരിക്കണമെന്നും നമ്മൾ ആഗ്രഹിക്കുന്നു. എന്നാൽ ജീവിതം സദാ പരിവർത്തനത്തിന് വിധേയമാണന്ന് നാം ചിന്തിക്കുന്നില്ല. ഒന്ന് മനസ്സിലാക്കുക.

ഇന്നുള്ളത് നാളെ ഇല്ലാതാകുന്നു.

ഇന്നില്ലാത്തത് നാളെ ഉണ്ടാകുന്നു. അതുപോലെ നമ്മുടെ സ്നേഹവും ഒന്നിൽ നിന്നും മറ്റൊന്നിലേക്ക് പറിച്ചുനടേണ്ടതായി വരുന്നു. അഞ്ചു വയസ്സുവരെ കളിപ്പാട്ടത്തോട് തോന്നിയ സ്നേഹം പതിനഞ്ച് വയസ്സാകുമ്പോൾ കാണപ്പെടുന്നില്ല...

കോളേജിലെ കൂട്ടുകാരോട് തോന്നിയിരുന്ന സ്നേഹം കുടുംബപ്രാരാബ്ധങ്ങളിൽ ജീവിക്കുന്ന സമയത്ത് കാണപ്പെടുന്നില്ല. സ്നേഹം എന്നും ഇങ്ങനെ ചഞ്ചലമായി തുടരുന്നു. മാത്രമല്ല ഇത്തരം സ്നേഹം പലതരത്തിലും ദുഃഖത്തിനും കാരണമാകുന്നു. നമ്മളെ വളരെ അധികം സ്നേഹിക്കുന്ന വ്യക്തിയിൽ നിന്നോ, വ്യക്തികളിൽ നിന്നോ പിന്നീട് സ്നേഹം ലഭിക്കാതായാൽ ദുഃഖം ഉണ്ടാകുന്നു. അഥവാ ആ വ്യക്തി മരണംവരെ നമ്മളെ സ്നേഹിച്ചിട്ടുണ്ടായിരുന്നുവെങ്കിൽ ആ വ്യക്തിയുടെ മരണം നമുക്ക് തീരാദുഃഖമായി പരിണമിക്കുന്നു. കാര്യങ്ങൾ ഇങ്ങനെയായിരിക്കെ നമുക്ക് സ്നേഹിക്കുവാനും നമ്മളെ സ്നേഹിക്കുവാനും ശാശ്വത

മായി നമ്മുക്ക് എന്താണുള്ളത്?

അനിശ്ചിതത്ത്വങ്ങളും സാഹസങ്ങളും നിറഞ്ഞ ഒരു യാത്രയാണ് ജീവിതം. നാളെ എന്താണ് സംഭവിക്കാൻ പോകുന്നത് എന്നുപോലും അറിയാത്ത, കേവലം ഒരു ഊഹം മാത്രമായ ഭാവിയെ വിശ്വസിച്ചു കൊണ്ടാണ് ഓരോ നിമിഷവും മനുഷ്യർ ചുവടുവെയ്ക്കുന്നത്. ഈ യാത്രയിൽ നമുക്ക് ആശ്രയം ദൈവത്തിന്റെ സ്നേഹം മാത്രമാണ്.

നിലത്ത് കിടക്കുന്ന ഒരു സ്ലാബിലൂടെ കാലു വിറയ്ക്കാതെ നമുക്ക് നടക്കാം. അതേ സ്ലാബ് ഇരുപത്തഞ്ചടി ഉയരത്തിൽ ഉറപ്പിച്ച ശേഷം അതിലൂടെ നടക്കുവാൻ ആവശ്യപ്പെട്ടാൽ സ്വഭാവികമായും ഒരു ഭയമുണ്ടാകും. എന്നാൽ നമ്മുടെ അരക്കെട്ടിൽ ഒരു സേഫ്റ്റി ബെൽറ്റ് ധരിച്ചശേഷം നടക്കുകയാണെങ്കിൽ ആ ഭയം ഉണ്ടാകുകയില്ല. ഇതുപോലെ തന്നെയാണ് കഠിനമായ ജീവിതസാഹചര്യങ്ങളിലൂടെ മുന്നേറുമ്പോൾ ഈശ്വരവിശ്വസവും ഈശ്വരസ്നേഹവും നമ്മളെ സംരക്ഷിക്കുന്നത്.

എന്നാൽ ഈശ്വരനെ സ്നേഹിക്കാൻ ശ്രമിക്കുമ്പോൾ നമുക്കുള്ളിൽ ചില ശുദ്ധീകരണങ്ങൾ ചെയ്യേണ്ടതായിട്ടുണ്ട്.

നിർജീവവസ്തുക്കളായ കാടിനെയും മലയേയും പുഴയേയുമെല്ലാം സ്നേഹിക്കുവാൻ നമ്മളിൽ പ്രത്യേകിച്ച് യാതൊരു പരിവർത്തനവും ഉണ്ടാക്കണമെന്ന് നിർബന്ധമില്ല. എന്നാൽ വീട്ടിൽ പച്ചക്കറിച്ചെടി വളർത്തി അതിനെ സ്നേഹിച്ച് പരിപാലിക്കുമ്പോൾ ദൂരയാത്രകളോ വിരുന്നോ പോകാതെ അവയെ വാടാതെ സംരക്ഷിക്കാൻ നമ്മൾ പ്രതിബദ്ധരാകുന്നു...

ഒരു മൃഗത്തെ വളർത്തുകയാണെങ്കിലോ.. ? ഒരു നേരം പോലും വീട്ടിൽ നിന്ന് മാറിനിൽക്കുവാൻ സാധിക്കാത്ത വിധം ബന്ധിതരാകുന്നു. മനുഷ്യർ തമ്മിൽ തമ്മിൽ സ്നേഹബന്ധം ഉണ്ടാക്കുവാനും ആ സ്നേഹം നിലനിർത്തികൊണ്ടുപോകുവാനും നമ്മളെ നമ്മൾ അടിമുടി പരിഷ്കരണം ചെയ്യേണ്ടതായി വരുന്നു. അങ്ങനെയെങ്കിൽ ഈശ്വരനുമായി സ്നേഹബന്ധം സ്ഥാപിച്ചെടുക്കുവാൻ നമ്മൾ എത്ര വലിയ ശുദ്ധീകരണം ചെയ്യണം ?

ഈ ശുദ്ധീകരണത്തിനു വേണ്ടിയാണ് നമ്മൾ സത്സംഗങ്ങളും ധ്യാനവും ആത്മീയപഠനവുമെല്ലാം ചെയ്യുന്നത്.

ശുദ്ധമായ ഉള്ളത്തിൽ ദൈവത്തിന്റെ പ്രകാശം നിറയുന്നു. അതോടെ നമ്മുടെ ജീവിതയാത്ര കൂരിരുട്ടിലാണെങ്കിൽ പോലും മുന്നോട്ട് പോകാനുള്ള വഴി വ്യക്തമായി ദൃശ്യമാകുന്നു.

15

# മലയാളി അറിയാത്ത ദാരിദ്ര്യം

ദാരിദ്ര്യം എന്താണെന്നു മലയാളിക്ക് അറിയില്ല. അവന്റെ കാഴ്ചപ്പാടിൽ മകളെ കെട്ടിക്കാൻ പൈസ തികയാത്തതാണ് ഏറ്റവും വലിയ ദാരിദ്ര്യം.

മൊബൈൽ ഫോൺ വാങ്ങാനും പുതിയ ബൈക്ക് വാങ്ങാനും, കാറ് വാങ്ങുവാനും പണമില്ലാത്തതാണ് മലയാളി യുവാക്കളുടെ കാഴ്ചയിൽ ഏറ്റവും വലിയ ദാരിദ്ര്യം. മലയാളിക്ക് ദാരിദ്ര്യം കേട്ടറിവു മാത്രമേയുള്ളു. അനുഭവ പാഠമില്ല.

ദാരിദ്ര്യം എന്താണെന്ന് അറിയണമെങ്കിൽ, അതിന്റെ അവസ്ഥാവിശേഷങ്ങളെ ഗണിച്ചെടുക്കണമെങ്കിൽ, സുഡാനിലെയോ ഏത്യോപ്യയിലെയോ വർത്തമാന ചിത്രം വായിക്കേണ്ടതില്ല. ഒരു വട്ടം നമ്മുടെ ഇന്ത്യാ മഹാരാജ്യം ചുറ്റി സഞ്ചരിച്ചാൽ മാത്രം മതിയാകും ദാരിദ്ര്യത്തിന്റെ സാമൂഹികവും രാഷ്ട്രീയവുമായ നേർച്ചിത്രം ആ ഒരൊറ്റ കാഴ്ചയിൽ വരച്ചെടുക്കാൻ കഴിയും.

ഒരു നേരത്തെ ആഹാരത്തിന് വകയില്ലാത്തവർ, തലചായ്ക്കാൻ വീടിന്റെ സുരക്ഷിതത്വം ഇല്ലാത്തവർ, എഴുത്തും വായനയും അറിയാതെ പ്രയാസപ്പെടുന്നവർ, ആരോഗ്യ പരിപാലനത്തിനും വിദ്യാഭ്യാസത്തിനും അവസരം ലഭിക്കാത്തവർ.. ഇതാണ് മലയാളിക്ക് തീർത്തും അന്യമായ ദാരിദ്ര്യം.

ദാരിദ്ര്യം മൂലം കുടുംബം പോറ്റാൻ വഴിയില്ലാതെ ശരീരത്തിൽ മണ്ണെണ്ണ ഒഴിച്ചു തീകൊളുത്തി ആത്മഹത്യ ചെയ്ത കുടുബനാഥയായ സ്ത്രീ, ഭാര്യക്ക് മരുന്നു വാങ്ങാൻ പണമില്ലാത്തതിനാൽ സ്വന്തം കുഞ്ഞിനെ എഴുന്നൂറ് രൂപയ്ക്ക് വിറ്റ കുടുംബനാഥൻ.. ഇതാണ് മലയാളിക്ക് കേട്ടുകേൾവിപോലുമില്ലാത്ത ദാരിദ്ര്യം.

തൂക്കി കൊല്ലാൻ വിധിക്കപ്പെട്ട കുറ്റവാളിയോട് അവസാന

ത്തെ ആഗ്രഹമെന്താണെന്നു ജയിൽ അധികൃതർ ചോദിച്ചപ്പോൾ ചപ്പാത്തിയും ചിക്കൻ കറിയും കഴിക്കണമെന്നായിരുന്നു മറുപടി. ജയിൽ അധികൃതർ കൊടുത്ത ചപ്പാത്തിയും ചിക്കൻ കറിയും പകുതി കഴിച്ച ശേഷം ബാക്കി പൊതിഞ്ഞു കെട്ടി തിരിച്ചു കൊടുത്തു. "എന്റെ മകൻ ജയിലിനു പുറത്തുണ്ട്. ഇതവന് കൊടുക്കണം. ഇത്രയും സ്വാദുള്ള ഭക്ഷണം അവൻ ഇതുവരെ കഴിച്ചിട്ടുണ്ടാവില്ല."

ഇതാണ് മലയാളിക്ക് ചിന്തിക്കാൻ പോലും കഴിയാത്ത ദാരിദ്ര്യം.

ഉത്തരേന്ത്യൻ ഗ്രാമങ്ങളുടെ ദയനീയമായ ജീവിത യാഥാർഥ്യങ്ങളെ നേരിട്ട് കാണുക. അവരുടെ ഭക്ഷണം, അവരുടെ വസ്ത്രം, അവരുടെ പാർപ്പിടം.. മലയാളിയുടെ ഭാഗ്യജീവിതത്തിന്റെ അടുത്തുപോലും എത്താൻ സാധിക്കാത്ത ആ കാഴ്ച നമ്മുടെ ചിന്തകളെ മാറ്റിമറിച്ചേക്കാം. ഒരുവേള കണ്ണുകളെ ഈറനണിയിച്ചേക്കാം. പല ഉൾനാടൻ ഗ്രാമങ്ങളുടെയും അവസ്ഥ ഇതിലും പരിതാപകരമാണ്.

ഡൽഹി, മുംബൈ തുടങ്ങിയ മെട്രോ നഗരങ്ങളിലെ വർണ്ണശബളമായ പഞ്ചനക്ഷത്ര കാഴ്ചകൾക്കും ഒരു മറുകാഴ്ചയുണ്ട്.

ഒരുനേരത്തെ ഭക്ഷണം മാത്രം ലക്ഷ്യം വെച്ച് ഒരു ദിവസത്തെ ജീവിതം തുടങ്ങുന്ന ആയിരങ്ങളെ നേരിട്ട് കാണാം. ചൂടത്ത് വിയർത്തൊലിച്ചും തണുപ്പത്ത് മരവിച്ചും മഴയത്ത് നനഞ്ഞും പാതയോരങ്ങളിലും പാലങ്ങൾക്കടിയിലും നരകിച്ചു ജീവിക്കുന്ന ആയിരക്കണക്കിനു മനുഷ്യരെ കാണാം. ഒട്ടിയ വയറും മുഷിഞ്ഞ ഉടുപ്പും കുഴിഞ്ഞ കണ്ണുകളുമുള്ള കുഞ്ഞുങ്ങളെ കാണാം. ചീറിപ്പായുന്ന ആഡംബര വാഹനങ്ങളുടെ ശബ്ദങ്ങളാൽ ആടിയുലയുന്ന കീറത്തുണി കൊണ്ട് കെട്ടിയ കുടിലുകൾ കാണാം. വാഹനങ്ങളുടെ നിലയ്ക്കാത്ത ആരവങ്ങൾക്കിടയിലും കൂർക്കം വലിച്ചുറങ്ങുന്ന തെരുവിലെ കുഞ്ഞുങ്ങളെ കാണാം.

ഇതാണു നമ്മുടെ രാജ്യം.

സമ്പന്നൻ അതിസമ്പന്നൻ ആവുകയും ദരിദ്രൻ ദാരിദ്ര്യത്തിന്റെ പടുകുഴിയിൽ നിന്നും കരകയറാൻ കഴിയാത്ത വിധം കൈകാലിട്ടടിക്കുകയും ചെയ്യുന്ന കാഴ്ച.

രാജ്യത്തിന്റെ എക്കണോമിയെ കുറിച്ചോ ജി.ഡി.പി വളർച്ചാ നിരക്കിനെ കുറിച്ചോ അവരോട് ചോദിക്കരുത്. അവർക്കറിയില്ല. രാജ്യം സാമ്പത്തിക പുരോഗതി നേടിയ കാര്യത്തെകുറിച്ചു

പറഞ്ഞാൽ കറനിറഞ്ഞ ദന്തനിരകൾ പുറത്ത് കാട്ടി ആ പട്ടിണി ക്കോലങ്ങൾ ചിരിക്കും.

ഡൈനിംഗ് ഹാളിലെ ഗ്ലാസ്സ് പതിച്ച നീണ്ടുപരന്ന മേശയിൽ നൂറുകൂട്ടം വിഭവങ്ങൾ നിരത്തി ഫോട്ടോ എടുത്ത് സോഷ്യൽ മീഡി യയിൽ പോസ്റ്റ് ചെയ്യുന്ന മലയാളിക്ക് കുപ്പത്തൊട്ടിയിൽ വലിച്ചെ റിഞ്ഞ ഇലയിൽ നിന്നും അവശേഷിച്ച വറ്റെടുത്ത് ആർത്തിയോ ടെ വിഴുങ്ങുന്ന കുഞ്ഞുങ്ങളെ കാണുമ്പോൾ അറപ്പ് തോന്നും.. സമൃദ്ധിയുടെ കൊട്ടാരത്തിൽ കാലിന്മേൽ കാൽ കയറ്റി വെച്ച് ദാ രിദ്ര്യത്തിന്റെ ജനിതക ഓർമ്മകളെ കൊഞ്ഞനം കുത്തുന്ന മലയാ ളിക്ക് തെരുവിലെ മുഷിഞ്ഞ തുണിക്കഷ്ണങ്ങൾ കൊണ്ട് വലിച്ചു കെട്ടിയ കുടിലുകൾ കാണുമ്പോൾ ഓക്കാനം വരും.

മലയാളി ദാരിദ്ര്യം അറിഞ്ഞിട്ടില്ല. അറിഞ്ഞിരുന്നെങ്കിൽ അവ ന്റെ പൊങ്ങച്ചത്തിനും ധൂർത്തിനും അഹങ്കാരത്തിനും അവനെ ന്നേ ഒരു പരിധി നിശ്ചയിച്ചേനേ..

16

# ആസക്തി

ലൗകിക ജീവിതത്തിൽ നമുക്ക് ആഗ്രഹങ്ങൾ (Ambitions) അത്യാവശ്യം തന്നെയാണ്. പക്ഷെ അത് ഒരിക്കലും ആസക്തിയായി പരിണമിക്കാതിരിക്കാൻ ശ്രദ്ധിക്കണം. പരിധിയില്ലാത്ത ആഗ്രഹമാണ് ആസക്തിയായി മാറുന്നത്.

പ്രപഞ്ചത്തിലെ ഏതൊന്നിനെയും അമിതമായി സ്നേഹിച്ചാൽ നമുക്ക് ലഭിക്കുക ദു:ഖമായിരി ക്കും. ആസക്തി മനുഷ്യന്റെ ഏറ്റവും വലിയ ശത്രുവാണ്. അത് ആരോഗ്യകരമായ ചിന്തയ്ക്കു പോലും വിഘാതം സൃഷ്ടിക്കുന്നു.

ഒരു പൊന്മാനിനോട് സീതാദേവിക്കു തോന്നിയ നിരുപദ്രമെങ്കിലും ശക്തമായ ആസക്തി എന്തെല്ലാം അനർത്ഥങ്ങളാണ് വരുത്തിവെച്ചത്! ധർമ്മത്തിന്റെ മൂർത്തിയാ യിരുന്ന യുധിഷ്ഠിര മഹാരാജാവിനു ചൂതുകളിയിലുണ്ടായ അമിതാസക്തിനിമിത്തം പാണ്ഡവർക്ക് എന്തെല്ലാം ദു:ഖങ്ങളും ദുരിതങ്ങ ളുമാണ് അനുഭവിക്കേണ്ടി വന്ന ത്! രാവണന് പെണ്ണിനോടും ദുര്യോധനന് മണ്ണിനോടും തോന്നിയ അത്യാസക്തികൾ വരുത്തിവെച്ച ദുര്യോഗങ്ങളുടെ കഥകളല്ലേ രാമായണത്തിലൂടെയും മഹാഭാരതത്തിലൂടെയും നമുക്ക് മനസ്സിലാക്കാൻ കഴിയുന്നത്.

ഗുരുക്കന്മാരോടും ബന്ധുക്കളോടുമുള്ള ആസക്തിയല്ലേ അജയ്യയോദ്ധാവായ അർജ്ജുനനെ ധർമ്മ സമ്മോഹം ചേതനാക്കിയത്! ഭഗവദ്ഗീത ലോകത്തിന് നൽകുന്ന സന്ദേശം തന്നെ "അനാസക്തമായ ജീവിതം നയിക്കാനാണല്ലോ.

ആസക്തി മനുഷ്യനെ നേരായ ചിന്തകളിൽ നിന്നും വ്യതിചലിപ്പിക്കുന്നു. കൈകേയിയോടും രാമനോടുമുള്ള സ്നേഹം കാരണമാണ് ശ്രീ രാമപട്ടാഭിഷേകം തീരുമാനിച്ചതിൽ ദശരഥനെ വഴി

തെറ്റി ച്ചത്. ഭാര്യമാരോടും വസിഷ്ഠനോ ടും ആലോചിച്ചി രുന്നു വെങ്കിൽ ഒരു ദുര്യോഗം ഒഴിവാക്കാമായി രുന്നുവല്ലോ! തുറന്ന് പറ യേണ്ടത് പറഞ്ഞില്ല. ദശരഥന്റെ ആ തെറ്റ് കൈകേയിയുടെ തോ ഴിയായ മന്ഥരയ്ക്ക് മുതലെടുക്കാൻ അവസരമൊരുക്കി. ഇതു പോലെ യാണ് നമ്മുടെ കുടുംബത്തിലും സംഭവിക്കുന്നത്. കുടു ബത്തിലെ അംഗങ്ങളുമായി ചർച്ച ചെയ്യാ തെ പല പ്രധാന തീരു മാനങ്ങളും നമ്മൾ നടപ്പാക്കുന്നു. അതുമൂലം പല കുടുംബ പ്ര ശ്നങ്ങളും ഉണ്ടാ കുന്നു.

സുഖഭോഗവസ്തുക്കളോടുള്ള ആധുനിക മനുഷ്യന്റെ ആസ ക്തി വർദ്ധിച്ച് അത് ഒരു ബന്ധനമായി മാറുന്നു. അതിന്റെ ഫല മായി അശാന്തി ഉണ്ടാകുന്നു. ഒരിക്കലും ബന്ധങ്ങൾ ബന്ധനങ്ങ ളാവരുത്.

ഒരിക്കൽ നാലു സുഹൃത്തുക്കൾ ഒരുമിച്ച് മദ്യപിക്കുകയും അതിനു ശേഷം വീട്ടിലേക്ക് മടങ്ങുകയും ചെയ്തു. വഴിയിൽ ഒരു നദി കടക്കണം. നേരം വളരെ ഇരുട്ടിയ തിനാൻ തോണിക്കാരൻ പോയി രുന്നു. വള്ളം കരയ്ക്ക് സമീപം കിടക്കുന്നുണ്ടായിരുന്നു. അവർ നാലുപേരും വള്ളത്തിൽ കയറി തുഴഞ്ഞു തുടങ്ങി. ഏറെ നേരം കഴിഞ്ഞിട്ടും അവർക്ക് കര കാണാൻ കഴിഞ്ഞില്ല. നല്ല ലഹ രിയിലായിരുന്നതിനാൽ ക്ഷീണമറിയാതെ തുഴഞ്ഞു. അ ങ്ങനെ നേരം വെളുത്തു. അപ്പോൾ അവർക്ക് മനസ്സിലായി ഈ തുഴഞ്ഞ തൊക്കെ വള്ളത്തിന്റെ കെട്ടഴിക്കാതെയായിരുന്നുവെന്ന്. അതു പോലെയാണ് നമ്മുടെ ജീവിതയാത്രയിലും. ബന്ധനം വിടാതെ എത്ര ശ്രമിച്ചാലും ലക്ഷ്യസ്ഥാനത്ത് എത്താൻ കഴിയുകയില്ല.

ഭൗതിക വസ്തുക്കളോടുള്ള ആഗ്രഹം കുറയ്ക്കുന്നതിനോ ടൊപ്പം ആത്മീയ കാര്യങ്ങളിൽ ആഗ്രഹം വർദ്ധിപ്പിക്കുക. ഇക്കാ ലത്ത് ആളുകൾ കൂടുതൽ പ്രാധാന്യം നൽകുന്നത് പല ആസക്തി കളിലാണ്. അവ പണം,ഭൂമി,സ്ത്രീ, മദ്യം മുതലയാവ ചിലതുമാ ത്രം. ഒന്ന് ചിന്തിച്ചു നോക്കൂ!വിഷം ഉള്ളിൽ ചെന്നാൽ ഒരു മരണം. വിഷയം ഉള്ളിൽ ചെന്നാലോ? അനവധി മരണങ്ങൾ. നാടും വീടും വിട്ട് കാണാക്കടലിനക്കരെപ്പോയി പൊന്നു വാരിക്കൊണ്ടുവരാനാ ണ് പലരും വെമ്പൽ കൊള്ളുന്നത്. പണം മാത്രമല്ല സ്നേഹസം രക്ഷ ണങ്ങൾ കൂടി ചേർന്നതാണ് ജീവിതം എന്ന് പലരും മനസ്സി ലാ ക്കുന്നില്ല. സത്യത്തിൽ പണത്തിനു വേണ്ടി ജീവിതം ഹോമി ക്കപ്പെടുകയാണ്.

സഫലീകരിക്കാൻ കഴിയാത്ത ഒരു കൂട്ടം അഭിലാഷങ്ങളോ

ടു കൂടിയ ഒരാൾക്ക് അവയുടെ സഫലീകരണത്തിനുള്ള ഉപാധികൾ എത്രതന്നെ വർദ്ധിപ്പിച്ചാലും ഒരിക്കലും സന്തുഷ്ടനാവാൻ കഴിയില്ല..

17

# വിദുരനീതി ആധുനിക ലോകത്തിൽ

"പലപല വിചാരം
മനസ്സിലുള്ളവർക്കും
പരധനമടക്കാനതി
കുതുകികൾക്കും
പരതരുണിമാരിൽ
പ്രണയമുള്ളവോർക്കും
കുറയുമിഹ നിദ്ര
പ്രണമതമുകുന്ദം"

സരസകവിയായ കുഞ്ചൻ നമ്പ്യാരുടെ വിദുരവാക്യത്തിലെ ഒരു ശ്ലോകമാണ് മുകളിൽ കൊടുത്തിട്ടുള്ളത്.ജഗദ് ഗുരുവായ ശങ്കരാചാര്യരുടെ ഭജ ഗോവിന്ദത്തിലും ഇതേ ആശയം തന്നെയുണ്ട്. വ്യാസഭഗവാന്റ ദീർഘദൃഷ്ടിയും മേധാശക്തിയും ഈ വിദുരവാക്യത്തിൽ കാണാം.ലോകഹിതവും ധർമ്മവും ലക്ഷ്യമാക്കി ആർഷഭാരതത്തിലെ ഋഷിവര്യന്മാർ രചിച്ച അനശ്വരസംഹിതയിലെ തിളക്കമാർന്ന ഒരു മുത്തുമാലയാണ് "വിദുരനീതി " .മഹാഭാരതത്തിലെ നിർണ്ണായകമായ ഒരു പ്രതിസന്ധിയാണ് ഉദ്യോഗപർവ്വത്തിൽ നാം കാണുന്നത്. ഒരുവശത്ത് യുദ്ധസന്നാഹങ്ങളും മറുവശത്ത് യുദ്ധം ഒഴിവാക്കാനുള്ള ശ്രമങ്ങളും നടക്കുന്നു. ആസന്നമായ യുദ്ധം സർവ്വനാശത്തിൽ കലാശിച്ചേക്കുമെന്ന ഭീതിയും പുത്രസ്നേഹത്താൽ അന്ധനായി ഇതിൽനിന്നുള്ള മോചനം സാധിക്കേണ്ട മാർഗ്ഗം സ്വീകരിക്കാനാവാത്ത നിസ്സഹായതയ്ക്ക് നടുവിൽ, വേദനയനുഭവിക്കുന്ന ധൃതരാഷ്ട്രർ തന്റെ അനുജനും മന്ത്രിസത്തമനും മഹാ പണ്ഡിതനുമായ വിദുരരെ വരുത്തി,

താനിനി എന്താണ് ചെയ്യേണ്ടതെന്ന് ഉപദേശിക്കണമെന്ന് അഭ്യർത്ഥിക്കുന്നു. ഇതനുസരിച്ച് വിദുരർ നൽകുന്ന ധർമ്മോപദേശമാണ് മഹാഭാരത്തിലെ പ്രഖ്യാതമായ "വിദുരനീതി ".ഉദ്യോഗപർവ്വത്തിൽ 33 മുതൽ 40 വരെയുള്ള 8 അദ്ധ്യായങ്ങളിലായി 593 ശ്ലോകങ്ങളാണ് ഈ ധർമ്മ പ്രഭാഷണ സംഹിതയിൽ ഉൾപ്പെടുന്നത്. ഇത് മാനവരാശിക്കാകമാനം മാർഗ്ഗദർശിയായ ഒരു ദീപസ്തംഭം പോലെ ഇന്നും പ്രകാശം പ്രസരിപ്പിച്ചു കൊണ്ടിരിക്കുന്നു. 5000 വർഷങ്ങൾക്കു മുമ്പ് രചിക്കപ്പെട്ട ഈ ധർമ്മോപദേശം ഇന്നും പ്രായോഗികോപയോഗക്ഷമതയിൽ ഒട്ടും മങ്ങലേൽക്കാതെ ശോഭിക്കുന്നു. അന്നത്തെ കുരു പാണ്ഡവ പ്രശ്നം പോലെയുള്ള കാര്യങ്ങൾ തന്നെയല്ലേ ഇന്നും ലോകത്തിൽ കണ്ടുകൊണ്ടിരിക്കുന്നത്..

വിദുരർ പറയുന്നു: രാത്രിയിൽ ഉറക്കം കെടുത്തുന്നതൊന്നും പകൽ ചെയ്യരുത് .ആരോഗ്യവും ധനവും എന്നും നിലനിൽക്കില്ല. മരണത്തോടെ ജീവിതം അവസാനിക്കുകയും ഇല്ല. അടുത്ത ജന്മം ഇപ്പോഴത്തേതിലും നല്ലതാവാൻ തക്കവണ്ണം ഈ ജന്മത്തിലെ ജീവിതചര്യകൾ ചിട്ടപ്പെടുത്തുക. ഈ ലോകത്തിൽ ആദ്ധ്യാത്മിക പുരോഗതിക്ക് ഏറ്റവും വലിയ പ്രതിബന്ധമായി നിൽക്കുന്നത് കാമകാഞ്ചനങ്ങളാണ്. കാമം എന്നതിന് ഏത് ആഗ്രഹവും വിശിഷ്യാ സ്ത്രീകളോടുള്ള അഭിനിവേശമാണ് ഉദ്ദേശിക്കുന്നത്. ഭോഗേച്ഛയുടെ ആകർഷണത്താൽ എല്ലാം സർവ്വനാശത്തിലേക്ക് പതിക്കുകയാണ്. തപസ്വിയായ വിശ്വാമിത്രൻ മേനകയിൽ ആസക്തനായ കാരണം തപസ്സിൽ നിന്നും ഭ്രഷ്ടനായി. രണ്ടാമത്തേത് ധനത്തോടുള്ള അത്യാസക്തിയാണ്. പണ്ഡവർക്കുകൂടി അവകാശപ്പെട്ട സ്വത്ത് അവർക്കു കൊടുക്കാതെ യുദ്ധം ചെയ്ത് തോൽപ്പിച്ച് നേടിയെടുക്കാമെന്ന അങ്ങയുടെ പുത്രന്റെ അധാർമ്മികപ്രവർത്തികൾ അങ്ങ് കാണുന്നില്ല. സീതയിൽ അഭിനിവേശം ജനിച്ച രാവണന് തിക്തമായ ഫലം അനുഭവിക്കേണ്ടി വന്നു. അതിന്റെ ഫലം രാക്ഷസകുലം മൊത്തം നശിച്ചു. ശ്രീരാമനെ 14 വർഷം കാട്ടിലേക്കയച്ചശേഷം അയോദ്ധ്യയുടെ അവകാശിയാക്കി ഭരതനെ വാഴിക്കാമെന്ന മോഹം കൈകേയിയെ എത്ര അപഹാസ്യമാക്കി. സ്വന്തം പുത്രനായ ഭരതൻപോലും അമ്മനെ തള്ളിപ്പറഞ്ഞു. ഈ വിധ അറിഹിത അഭിനിവേശങ്ങളിൽപ്പെട്ട് താപാഗ്നിയിൽ ഉഴലുന്ന മൂഢന്മാർക്ക് രാത്രി എങ്ങനെ ഉറക്കം ലഭിക്കും?

സ്വന്തം മകനായ ദുര്യോധനനു വേണ്ടി സത്യം, ധർമ്മം, നീതി, ന്യായം എന്നിവയൊക്കെ അവഗണിച്ചു പാണ്ഡവരോടു പെരുമാ

റിയ കുറ്റബോധം കൊണ്ടു വീർപ്പുമുട്ടുകയായിരുന്ന ധൃതരാഷ്ട്രർക്ക് വിദുരോപദേശം ഒരു കുളിർമഴയായി തോന്നി. നന്മതിന്മകൾ എന്താണെന്നും എങ്ങനെയാണ് ആചരിയ്ക്കേണ്ടതെന്നുമുള്ള ആഹ്വാനം നിത്യജീവിതത്തിൽ നിന്നും എടുത്ത ഉദാഹരണസഹിതമുള്ള അവതരണം. മന:ശാസ്ത്രം, കുടുംബബന്ധം, വ്യക്തിധർമ്മം, രാഷ്ട്രധർമ്മം, സമൂഹധർമ്മം ഒക്കെ ഇതിൽ വിശകലനം ചെയ്തിരിക്കുന്നു. ആധുനിക മാനേജ്മെന്റ് പഠനവും ഇതിൽ ഉൾക്കൊള്ളുന്നു. ഓരോരുത്തരുടെയും വ്യക്തിത്വം വ്യത്യസ്തമാണ്. ജനിച്ച ചുറ്റുപാടുകൾ, സാമൂഹ്യ പ്രത്യേകതകൾ, കുടുംബം, ജീവിതവീക്ഷണം, പ്രായം, മാനസികാവസ്ഥ ഇവയെല്ലാം ആ വ്യക്തിയെ അനുനിമിഷം സ്വാധീനിക്കുന്നു. ഭീഷ്മോപദേശം, ഭർതൃഹരിയുടെ ഉപദേശശതകം, ചാണക്യനീതിസാരം, യോഗവാസിഷ്ഠം, ഭഗവദ്ഗീത എന്നിവപോലെ അനവധി മാനേജ്മെന്റ് ഗ്രന്ഥങ്ങൾ ഭാരതത്തിലുണ്ട്. അക്കൂട്ടത്തിലുള്ള ഒരു ശ്രേഷ്ഠ ഗ്രന്ഥമാണ് വിദുരോപദേശം.

വിദുരൻ യമധർമ്മന്റെ പുനർജന്മമാണെന്ന് പറയപ്പെടുന്നു. മാണ്ഡവ്യൻ തേജസ്വിയായ ഒരു ഋഷിയായിരുന്നു. ഒരിക്കൽ കുറെ കള്ളന്മാർ രാജകൊട്ടാരം കവർച്ച ചെയ്തു സ്വർണ്ണാഭരണങ്ങൾ എടുത്തു വെളിയിലിറങ്ങിയപ്പോൾ രാജ കിങ്കരന്മാർ അറിഞ്ഞു. പക്ഷെ കള്ളന്മാർ ഓടി തപസ്സുചെയ്തിരുന്ന മഹർഷിയുടെ സമീപം സ്വർണ്ണാഭരണങ്ങൾ ഉപേക്ഷിച്ച ശേഷം ഓടിയൊളിച്ചു. പക്ഷെ രാജഭടന്മാർ കള്ളന്മാരെ പിടികൂടി.അവർ പറഞ്ഞതനുസരിച്ച് മഹർഷിയുടെയടുത്തെത്തി. തൊണ്ടിമുതൽ എടുത്തു ധ്യാനനിരതനായ മുനിയെ ഉണർത്തി. ചോദിച്ച ചോദ്യങ്ങൾക്കൊന്നും ശരിയായ മറുപടിപറയാൻ കഴിയാതിരുന്നതിനെത്തുടർന്ന് അവർ മാണ്ഡവ്യമഹർഷിയേയും തസ്ക്കരന്മാരേയും രാജസന്നിധിയിൽ എത്തിച്ച് വിവരം പറഞ്ഞു. രാജാവ് അവരെ എല്ലാവരേയും അടുത്തടുത്തായിത്തന്നെ ശൂലത്തിൽ തറയ്ക്കാൻ ഉത്തരവായി.എന്നാൽ ഏറെ നാൾ കഴിഞ്ഞിട്ടും മഹർഷി മരിക്കാതിരുന്നപ്പോൾ രാജാവിന് പരിഭ്രമമായി. അദ്ദേഹം വേഗം മഹർഷിയുടെ സവിധത്തിലെത്തി ശൂലത്തിൽ നിന്നും മഹർഷിയെ ഇറക്കി പാദത്തിൽ വീണ് മാപ്പപേക്ഷിച്ചു.

മഹർഷി നേരേ യമധർമ്മസവിധത്തിലെത്തി. തനിക്കിത്ര കടുത്ത ശിക്ഷ വിധിക്കാൻ തക്കവണ്ണം താനെന്തു തെറ്റാണ് ചെയ്തതെന്ന് ആരാഞ്ഞു. അപ്പോൾ യമധർമ്മൻപറഞ്ഞു: "മാണ്ഡ

വ്യൻകുട്ടിക്കാലത്ത്, പറന്നു കളിക്കുന്ന തുമ്പികളെപ്പിടിച്ച് ഈർക്കിലിയിൽ കോർത്തു രസിക്കുമായിരുന്നു. അതിന്റെ ശിക്ഷയായിട്ടാണ് ഈ അനുഭവം ഉണ്ടായത്.

മാണ്ഡവ്യന് ദേഷ്യം വന്നു. ശൈശവ കാലത്ത് അറിവില്ലാതിരുന്നപ്പോൾ ചെയ്തു പോയ തെറ്റിന് ഇത്ര കടുത്ത ശിക്ഷ നൽകിയത് ധർമ്മമല്ല. അതിനാൽ നീ കുറെക്കാലം മനുഷ്യനായി ഭൂമിയിൽ ജീവിക്കുവാൻ ഇടവരട്ടെ എന്ന് ശപിച്ചു.അങ്ങനെ യമധർമ്മന്റെ മനുഷ്യജന്മമാണ് വ്യാസമുനിക്ക് സത്യവതിയുടെ ദാസിയിൽ ജനിച്ച വിദുരൻ.

വിദുരരുടെ ഈ തത്വോപദേശങ്ങളെല്ലാം ആധുനിക മനുഷ്യനുവേണ്ടിതന്നെയുള്ളതാണ്. ഇതിലെ രാജാവായ ധൃതരാഷ്ട്രർ അന്ധരായ നമ്മുടെയെല്ലാം പ്രതീകമാണ്. ജീവിത, കുടുംബ, ഔദ്യോഗിക രാഷ്ട്രീയ മാനേജർമാരായ നമുക്കാണ് വിദുരർ ഈ സന്ദേശങ്ങൾ നൽകുന്നതെന്നറിഞ്ഞു പ്രവർത്തിക്കുക. ജീവിതം സംതൃപ്തമാകുവാനുള്ള അനവധി സന്ദേശങ്ങളിൽ ചിലതെങ്കിലും നമുക്ക് ഉപകരിക്കും. ജീവിതത്തിന്റെ അവസാനനാളുകളിൽ സമാധാന ജീവിതം നയിക്കത്തക്കവിധം സൽപ്രവൃത്തികളിൽ നിരതനാവുക.

18

# ഭൃഗുഡിയിൽ മിന്നിത്തിളങ്ങുന്ന ചൈതന്യ നക്ഷത്രം

ഞാൻ ആരാണ് ?

ഓരോ മനുഷ്യനും ദിവസവും ഞാൻ ഞാൻ എന്ന് പറഞ്ഞു കൊണ്ടിരിക്കുന്നു. എന്നാൽ ഈ ഞാൻ ആരാണ് എന്ന് ചോദിച്ചാൽ ഞാൻ സുരേഷ് ആണ് അല്ലെങ്കിൽ അശ്വതി ആണ് എന്നാണല്ലോ പറയുക. എന്നാൽ ഇത് ശരീരത്തിന്റെ പേര് മാത്രമാണെന്ന് മനസിലാക്കുക. ശരീരം എന്റെയാണ്. എന്റെ ശരീരം എന്നാണല്ലോ നമ്മൾ പൊതുവേ പറയാറുള്ളത്. അങ്ങനെയെങ്കിൽ ഞാൻ എന്ന പദം ശരീരമല്ലാത്ത മറ്റൊന്നിനെ ഉദ്ദേശിച്ചാണ് പ്രയോഗിക്കുന്നത് എന്ന് വേണം മനസിലാക്കുവാൻ. ഇതിനുപുറമെ ചിലർ നിങ്ങൾ ആരാണെന്ന ചോദ്യത്തിന് നമ്മൾ ചെയ്യുന്ന ജോലിയെ ബന്ധപ്പെടുത്തി ഞാനൊരു പോലീസാണെന്നോ വക്കീലാണെന്നോ, ഡോക്ടറാണന്നോ, കർഷകനാണെന്നോ പറയുന്നു.

നമ്മൾ ഓരോ ദിവസവും സംസാരത്തിനിടയിൽ എത്ര പ്രാവശ്യം ഞാനെന്നു എന്റെയെന്നും അറിഞ്ഞും അറിയാതേയും പ്രയോഗിക്കുന്നു ! എന്നാൽ ഞാൻ അല്ലെങ്കിൽ എന്റെ എന്ന വാക്ക് പലതവണ പ്രയോഗിച്ചിട്ടുകൂടി ഈ ഞാൻ എന്നുപറയുന്ന സത്തയുടെ സ്വരൂപമെന്താണെന്നോ ഞാൻ എന്ന ശബ്ദം എന്തിനെ സൂചിപ്പിക്കുന്നുവെന്നോ അതെന്താണെന്നോ അറിയുന്നില്ല.

ആധുനികയുഗത്തിൽ മനുഷ്യൻ ശാസ്ത്രസാങ്കേതികതയുടെ സഹായത്തോടെ വളരെയധികം ഉപകരണങ്ങൾ ഉണ്ടാക്കിയിട്ടുണ്ട്. ലോകത്തിലെ ധാരാളം സമസ്യകൾക്കും മനുഷ്യർ ഉത്തരം കണ്ടുപിടിച്ചുകഴിഞ്ഞു. അതുപോലെ ഇനിയും അവശേഷിക്കുന്ന പ്രശ്നങ്ങൾക്കും പരിഹാരം കണ്ടുപിടിക്കുന്നതിൽ മനുഷ്യർ

വ്യാപൃതനായിരിക്കുകയും ചെയ്യുന്നു. എന്നാൽ ഞാൻ എന്ന് പറയുന്ന ആൾ ആരാണെന്ന സത്യം നമ്മൾ തിരിച്ചറിയുന്നില്ല.

എന്നാൽ ഞാൻ എന്ന പദം ശരീരത്തിൽ നിന്നും ഭിന്നമായ, ചൈതന്യസത്തയായ ആത്മാവിനെയാണ് സൂചിപ്പിക്കുന്നത് എന്ന് മനസ്സിലാക്കുക.

മനുഷ്യൻ (ജീവാത്മാവ്) ആത്മാവും ശരീരവും കൂടിചേർന്നതാണ്. ഏതുപോലെ ശരീരം അഞ്ചുതത്വങ്ങൾകൊണ്ട് (ഭൂമി, ജലം, അഗ്നി, വായു, ആകാശം) നിർമ്മിതമായിരിക്കു ന്നുവോ അതേപോലെ ആത്മാവും, മനസ്സും, ബുദ്ധിയും, സംസ്കാരവും ചേർന്നതാണ്. ആത്മാവിൽ തന്നെയാണ് ചിന്തിക്കുന്നതിനും നിർണ്ണയിക്കുന്നതിനുമുള്ള ശക്തിയുള്ളത്. അതുപോലെ ആത്മാവ് എന്തു ചെയ്യുന്നുവോ അതനുസരിച്ചുള്ള സംസ്കാരവും നമുക്ക് ഉണ്ടാകുന്നു.

ആത്മാവ് ഒരു ചൈതന്യവും അവിനാശിയുമായ ജ്യോതിർബിന്ദുവാണ്. ഇത് മനുഷ്യശരീരത്തിൽ പുരികങ്ങൾക്കിടയിൽ വസിക്കുന്നു. രാത്രിയിൽ ആകാശത്ത് മിന്നിത്തിളങ്ങിക്കൊണ്ടിരിക്കുന്ന നക്ഷത്രങ്ങൾ ഒരു ബിന്ദുവായി കാണപ്പെടുന്നതുപോലെ ആത്മാവും ദിവ്യദൃഷ്ടിയിലൂടെ ഒരു നക്ഷത്രത്തെപോലെയാണ് കാണപ്പെടുന്നത്. അതിന് ഒരു ചൊല്ലുണ്ട് "ഭൃഗുഡിയിൽ മിന്നിത്തിളങ്ങുന്ന ചൈതന്യ നക്ഷത്രം". ആത്മാവ് ഇരുപുരിക മദ്ധ്യത്തിൽ മസ്തിഷ്കത്തിനുള്ളിൽവസിക്കുന്നതുകൊണ്ടാണ് ഭക്തർ ഇവിടെ തിലകം തൊടുന്നത്. മസ്തിഷ്ക്കത്തിന്റെ ബന്ധം മുഴുവൻ ശരീരത്തിലും വ്യാപിപ്പിക്കുന്നത് ജ്ഞാനതന്തുക്കളിൽകൂടിയാണ്. ആത്മാവിൽതന്നെയാണ് ആദ്യം സങ്കല്പങ്ങൾ ഉയരുന്നത്. പിന്നീട് അവ മസ്തിഷ്കം അഥവാ തന്തുക്കളിലൂടെ വ്യക്തമാകുന്നു. ശാന്തിയോ സുഖമോ അനുഭവിക്കുന്നതും നിർണ്ണയിക്കുന്നതും ആത്മാവ് തന്നെയാണ്. അതിൽതന്നെയാണ് സംസ്കാരം അടങ്ങിയിരിക്കുന്നതും.

അതായത് മനസ്സും ബുദ്ധിയും ആത്മാവിൽ നിന്ന് വേറെയല്ല.

എന്നാൽ ആത്മാവ് സ്വയം മറന്നിട്ട് ദേഹം,സ്ത്രീ, പുരുഷൻ, യുവാവ്, വൃദ്ധൻ, ഇങ്ങനെയുള്ള ബോധത്തിൽ ഇരിക്കുകയാണ്. ഈ ദേഹാഭിമാനം തന്നെയാണ് ദുഃഖത്തിന്റെ കാരണവും.

ശരീരം മോട്ടോർ വാഹനത്തിന് സമാനമാണിവിടെ.

ആത്മാവ് അതിന്റെ ഡ്രൈവറും. ഡ്രൈവർ ഒരു മോട്ടോർ വാഹനത്തെ നിയന്ത്രിക്കുന്നതുപോലെ ആത്മാവ് ശരീരത്തെ നി

യന്ത്രിക്കുന്നു. സഞ്ചരിക്കേണ്ട ഗതിയോ വിധമോ മോട്ടോർ വാഹനത്തിന് അറിയില്ല. അതിന് ഗതിയും വേഗതയും നൽകുന്നത് ഡ്രൈവറാണ്. അതുപോലെ ശരീരമെന്ന കാറിൽ ആത്മാവാണ് ഡ്രൈവർ. സ്വയം തിരിച്ചറിയുന്നതിലൂടെ മാത്രമേ മനുഷ്യന് ഈ ശരീരമാകുന്ന മോട്ടോർവാഹനത്തെ നിയന്ത്രിക്കുവാനും തന്റെ ലക്ഷ്യസ്ഥാനത്ത് എത്തിക്കുവാനും കഴിയൂ. ഡ്രൈവർ കാറോടിക്കുന്നതിൽ സമർത്ഥനല്ലായെങ്കിൽ അപകടത്തിനിരയാകുകയും കാറിനും അതിലെ യാത്രികർക്കും പരിക്കുപറ്റുകയും ചെയ്യുന്നു. അതു പോലെ സ്വയം തിരിച്ചറിവില്ലാത്ത മനുഷ്യൻ ദുഃഖിതനും, അശാന്തനുമായിരിക്കുമെന്ന് മാത്രമല്ല തന്റെ സമ്പർക്കത്തിൽ വരുന്ന ബന്ധുമിത്രാദികൾക്കുകൂടി ദുഃഖവും അശാന്തിയും ഉണ്ടാക്കുകയും ചെയ്യും. അതുകൊണ്ട് സുഖത്തിനും ശാന്തിക്കും വേണ്ടി നമ്മുടെ ആത്മാവിനെ അറിയുക എന്നത് വളരെ ആവശ്യമായ കാര്യമാണ്.

19

# വിദ്യുച്ചലം ജീവിതം

ആയുർനശ്യതി പശ്യതാം പ്രതിദി നം
യാദിക്ഷയായൗവനം
പ്രത്യായാന്തിഗതാ:പുനർനദിവസാ
കാലോ ജഗൽഭക്ഷക:
ലക്ഷ്മീസ്തോയ തരംഗ ഭംഗ ചപ ലാ
വിദ്യുച്ചലം ജീവിതം
തസ്മാത്മാം ശരണാഗതം ശരണം
ദത്വം രക്ഷ രക്ഷാധുനാ

ജീവിതത്തിന്റെ അസ്ഥിരതയെ പറ്റി നമ്മെ ഓർമ്മിപ്പിക്കുകയാണ് ഈ ശ്ലോകത്തിൽ.

നാം നോക്കിക്കൊണ്ടിരിക്കെ നമ്മുടെ ആയുസ്സ് നശിച്ചു കൊണ്ടിരിക്കുകയാണ്. യൗവനം ദിനം പ്രതി ക്ഷയിക്കുകയാണ്. കഴിഞ്ഞുപോയ ദിവസങ്ങൾ മടങ്ങിവരുന്നവയല്ല. കാലം ഈ ലോകത്തെ വിഴുങ്ങുന്നവനാണ്.

സമ്പത്താണെങ്കിൽ ജലത്തിൽ ഉണ്ടാകുന്ന കുമിളകൾപോലെ അസ്ഥിരവും. ജീവിതം മിന്നൽ പിണർപോലെ ക്ഷണത്തിൻ മറയുന്നു. ഒന്നിനും ഉറപ്പില്ല. ഒരിടത്തും രക്ഷയുമില്ല.

താമരയിതളിൽ വീണു കളിക്കുന്ന ഒരു തുള്ളി വെള്ളത്തിന്റെ അവസ്ഥ എത്രത്തോളം ക്ഷണികമാണോ അത്രത്തോളം തന്നെ ക്ഷണികമാണ്, ചഞ്ചലമാണ് നമ്മുടെയെല്ലാം ജീവിതം. മാത്രവുമല്ല ഈ ലോകം തികച്ചും ദു:ഖഭൂയിഷ്ഠവുമാണ്. ആദിയുമന്തവുമില്ലാതെ നീണ്ടു കിടക്കുന്ന കാലമാകുന്ന ചങ്ങലയുടെ ഇടയ്ക്കെങ്ങോ ഉള്ള ഏതാനും ചില കണ്ണികൾ

മാത്രമാണ് നമ്മുടെയെല്ലാം ജീവിതം. മാത്രമല്ല അതു ക്ഷണി

കം മാത്രമാണ്. ഭോഗവസ്തുക്കൾ ദു:ഖദായകവും. നമ്മൾ അവക്കു വേണ്ടി വൃഥാ സമയം കളയുകയാണ്. ഒന്നു മനസ്സിലാക്കുക! മരണം നിഴൽപോലെ നമ്മേ പിൻതുടരുന്നുണ്ട്. അത് എപ്പോൾ വേണമെങ്കിലും യാതൊരു മുന്നറിയിപ്പും കൂടാതെ നമ്മേ സമീപിച്ചേക്കാം. അത് വ്യക്തിത്വത്തെയോ സ്ഥാനമാനങ്ങളെയോ കണക്കാക്കുന്നില്ല. ബുദ്ധ ഭഗവാനും ഇതുതന്നെ പറയുന്നുണ്ട്. " സർവ്വം ദു:ഖമയം സർവ്വം ക്ഷണികം " താമരയിതളിലെ ജലം മുന്നറിയിപ്പൊന്നും കൂടാതെ വീഴാം. ചുടാത്ത മൺചട്ടിയാലെ ജലം പോലെ ആയുസ്സ് കുറഞ്ഞു കൊണ്ടേയിരിക്കുന്നു.

നീറിപ്പുകഞ്ഞു ഏറ്റെകാലം ജീവിച്ചെട്ടെന്തു ഫലമാണ്?രണ്ടറ്റവും കത്തിച്ച പന്തം പോലെ ജാജ്വല്യമാനമാവട്ടെ ജീവിതം! താമരയിതളിലെ ജലത്തിന് പകൽ സൂര്യനെ പ്രതിബിംബമാക്കാം. രാത്രിയിൽ ചന്ദ്രനെയും നക്ഷത്രജാലങ്ങളെയും പ്രതിഫലിപ്പിക്കാൻ കഴിയും കിട്ടിയ ജീവിതം നല്ല കാര്യത്തിനായി വിനിയോഗിക്കുക. എവിടെ നിന്നോ ഒരു കാറ്റ് വന്ന് ഉള്ളിൽ ജ്വലിച്ചുകൊണ്ടിരിക്കുന്ന ആത്മദീപത്തെ കെടുത്തിയെന്നു വരാം. അത് എപ്പോഴെന്ന് ആർക്കും അറിയില്ല. അതുകെണ്ടു നമുക്ക് ലഭിച്ച വരദാനമായ ജീവിതത്തിൽ നല്ല തു മാത്രം ചിന്തിക്കുക,നല്ലതു മാത്രം പറയുക, നല്ലതു മാത്രം പ്രവർത്തിക്കുക. ധാർമ്മികമായി സമ്പാദിക്കുന്ന പണം ഉപയോഗിച്ച് മിതമായ ഭൗതികസുഖങ്ങൾ അനുഭവിക്കുന്നതോടൊപ്പം ശാശ്വതസുഖം നൽകുന്ന ഈശ്വരചിന്തയ്ക്കുകൂടി സമയം കണ്ടെത്തുവാൻ ശ്രമിക്കുക.

ശാസ്ത്രസാങ്കേതികവിദ്യകളുടെ പുരോഗതിയിൽ ജീവിത സുഖഭോഗങ്ങൾ വർദ്ധിച്ച ഈ കാലത്ത് ആധുനിക മനുഷ്യൻ ഇതൊക്കെ മറന്നിട്ടല്ലേ ജീവിക്കുന്നത്? മാറി മാറി വരുന്ന ഓരോ ദിവസവും നിമിഷവും മരണത്തോടു നമ്മേ അടുപ്പിച്ചുകൊണ്ടിരിക്കുകയാണെന്ന സത്യം മോഹത്തിന്റെ ഈ കളികൾക്കിടയിൽ മനുഷ്യൻ അറിയുന്നില്ല.

ആസക്തി ചുരുക്കികൊണ്ടുവരി കയാണ് ബുദ്ധിയുള്ള മനുഷ്യൻ ചെയ്യുക. നമ്മുടെ മോഹങ്ങൾക്ക് അതിരില്ല. ഒന്നു കിട്ടിയാൽ മറ്റൊന്ന് കിട്ടുവാൻ വെപ്രാളമാ യി. സുഖമെല്ലാംപ്രതീക്ഷയിലാണ്. ഒന്ന് കിട്ടിക്കഴിഞ്ഞാൽ പിന്നെ അതിൽ ആഗ്രഹം കാണുകയി ല്ല. അതുകൊണ്ട് നമ്മൾ മോഹങ്ങളെ നിയന്ത്രിക്കാൻ ശീലിക്കുകയാണ് വേണ്ടത്.

കാലചക്രത്തിന്റെ കറക്കത്തിൽ രാവ്,പകൽ,വസന്തം,

ശിശിരം ഇവ വന്നും പോയും ഇരിക്കും. അതോടൊപ്പം നമ്മുടെ ആയുസ്സും നഷ്ടപ്പെട്ടുകൊണ്ടിരിക്കുകയാണ് അതുകൊണ്ട് ലൗകിക വിഷയങ്ങളിലുള്ള ആഗ്രഹം ഒഴിവാക്കുക. ഭക്തി ജ്ഞാന വൈരാഗ്യങ്ങളുണ്ടാക്കണേ എന്ന് പ്രാർത്ഥിക്കുക.

ദു:ഖം വരുത്തല്ലേ എന്ന് പ്രാർത്ഥിക്കരുത്. നാം പ്രാർത്ഥിക്കുന്ന തൊക്കെ തരാനല്ല ഈശ്വരൻ ഇരിക്കുന്നത്! നാം അർഹിക്കുന്നതു തരാനാണ്. അതുകൊണ്ട് ദുഃഖം വന്നാൽ അതിനെ നേരിടാനുള്ള മനോബലം തരണേ എന്ന് പ്രാർത്ഥിക്കുക.

## 20

# യോഗ: കർമ്മഷ്ഠ കൗശല:

" ഛായാമന്യസ്യകുർവന്തി
തിഷ്ഠന്തി സ്വയമാതപേ
ഫലന്ത്യപി പരാർത്ഥായ
വൃക്ഷാ സത് പുരുഷം ഇവ "

വൃക്ഷങ്ങൾ വെയിലത്തു നിന്നുകൊണ്ട് മറ്റുള്ളവർക്കു തണൽ നൽകുന്നു. അന്യനു വേണ്ടി കായ്ക്കുന്നു. വൃക്ഷങ്ങൾ സത്പുരുഷന്മാരെപ്പോലെ പരോപകാരികളാണ്. വൃക്ഷലതാദികൾ നമ്മുടെ ഗുരു തുല്യരാണ്. അവയിൽ നിന്നും പലതും നമുക്ക് പഠിക്കാനുണ്ട്.

ഇവിടെ മാവിനെതന്നെ ഉദാഹരണമായി എടുക്കാം. മാങ്ങ കൂടുമ്പോൾ അവ തനിയെ ചായുന്നു. അതുപോലെ മനുഷ്യരും സമ്പത്തിലും ഐശ്വര്യത്തിലും മദിക്കാതെ വിനയത്തോടെ തല കനിക്കുകയാണ് വേണ്ടത്. ഒന്ന് നോക്കൂ! മാവ് ഒരു മാമ്പഴം പോലും തിന്നുന്നില്ല. അത് അന്യർക്ക് ദാനം ചെയ്യുകയാണ് അതിൽ മാവ് ആനന്ദം കണ്ടെത്തുന്നു. ഉച്ചയ്ക്ക് വെയിലത്ത് ക്ഷീണിച്ചു വരുന്നവർക്ക് തണലും കുളിർക്കാറ്റും മധുരഫലവും നൽകുന്നു. മരംവെട്ടാൻ വരുന്നവർക്കുപോലും തടി വീഴുന്നതുവരെ തണലേകുന്നു. അതുപോലെ തന്നെ മാമ്പഴമുള്ളപ്പോൾ കാക്കയും മറ്റു കിളികളും വന്ന് ഫലം ഭക്ഷിക്കുന്നു. എന്നാൽ ശരത്ക്കാലം വന്നാൽ ഫലങ്ങളില്ലാത്ത വൃക്ഷത്തെ അന്വേഷിച്ചു ആരും വരുകയുമില്ല. ഇതിൽ നിന്നും നമ്മൾ പഠിക്കേണ്ട ഗുണപാഠം സമ്പത്തുള്ളപ്പോൾ സുഹൃദ് വലയവും ബന്ധുക്കളും ധാരാളമുണ്ടാകും. എന്നാൻ ധനം ഇല്ലാതെ ആയാൽ ഒരു ബന്ധുവും ഒരു സുഹൃത്തും ഉണ്ടാക്കുകയില്ല.

ഇരുമ്പ് കണ്ടു പിടിക്കപ്പെട്ടപ്പോൾ മരങ്ങൾ ഒന്നിച്ച് ബ്രഹ്മാവിനോട് പരാതി പറഞ്ഞു " പുതിയ സൃഷ്ടി ഞങ്ങൾക്ക് ആപത്താണ് " എന്ന്.

എന്നാൽ സൃഷ്ടികർത്താവ് കൊടുത്ത മറുപടി "നിങ്ങൾ സ്വയം അവയ്ക്ക് കൂട്ടായി നിൽക്കാതിരുന്നാൽ അതിന് നിങ്ങളെ ഒന്നും ചെയ്യാൻ കഴിയില്ല " എന്നാണ്. പിന്നീട് മരങ്ങൾ തന്നെ കോടാലിക്കയ്യായി തീർന്നപ്പോൾ വൃക്ഷ സമൂഹത്തിനുതന്നെ നാശമായി. ഒന്ന് മനസ്സിലാക്കുക മൃഗങ്ങളും വൃക്ഷങ്ങളും എല്ലാ ജീവജാലങ്ങളും പ്രകൃതിയുമായി ബന്ധപ്പെട്ടിരിക്കുന്നു എന്ന്.

ഇതുപോലെതന്നെ പരോപകാരികളായ സത്പുരുഷന്മാരും ഈ ലോകത്ത് കാണാൻ കഴിയും. അന്യർക്കു വേണ്ടി ജീവൻവരെ ത്യജിച്ച മഹത്തുക്കളുടെ ചരിത്രമാണ് നമ്മുടെ പുരാണങ്ങൾ. നിസ്വാർത്ഥമായി കടമ നിർവ്വഹിക്കുന്നതിലൂടെ സമൂഹപുരോഗതി നമുക്ക് ലഭ്യമാകും. "യോഗ: കർമ്മഷ്ഠ കൗശല: "നമ്മുടെ കർത്തവ്യം ഫലച്ഛകൂടാതെ ഭംഗിയായി ചെയ്തു തീർക്കുമ്പോൾ നമ്മുടെ കർമ്മം യോഗമായി -യജ്ഞമായി മാറുന്നു. ഇതാണ് നമ്മുടെ പൂർവ്വികരായ ഋഷിമാർ നമ്മേ ഉപദേശിക്കുന്നതും. ഇത് മറന്ന് ചെയ്യുന്ന കർമ്മം ഫലത്തിനു വേണ്ടിമാത്രമായിത്തീരുന്നു. കടമകൾ ഓർക്കാതെ അവകാശത്തെപ്പറ്റി മാത്രം ചിന്തിക്കുന്നു -പറയുന്നു.

ജോലിചെയ്യുന്നതിൽ സംതൃപ്തി കണ്ടെത്താനുള്ള ആത്മീയമായ വഴിയാണ് കർമ്മയോഗം ശീലിക്കൽ.

പ്രചോദനം ഇല്ലാതെയുള്ള ജോലികൾ വെറും തൊഴിൽ മാത്രമായി മാറുന്നു. സ്വർത്ഥതയോടെ ചെയ്യുന്ന ഏതു തൊഴിലിനും കഷ്ടതയും പ്രയാസവും ഉണ്ടാകാം. ജോലിയോടുള്ള കൂറ് അഥവാ സ്നേഹം പ്രചോദനമായി മാറുമ്പോഴാണ് നമ്മുടെ ജോലിയിൽ കാര്യക്ഷമത ഉണ്ടാകുന്നത്. ആ കാര്യക്ഷമത നമ്മളെ വിജയത്തിലേയ്ക്ക് നയിക്കും.

കർമ്മത്തിലെ ത്യാഗം അഥവാ സ്നേഹത്തോടെയുള്ള കർമ്മം, മനസ്സും ശരീരവും ചേർന്നുള്ള കർമ്മം, സേവനമാകുന്നു.

ഇതിനെ കുറിച്ച് സ്വാമി ചിന്മയാനന്ദൻ പറയുന്നത് " എല്ലാവരും പണിയെടുക്കുന്നു. പ രിശ്രമിക്കുന്നു. പക്ഷെ ചിലർക്ക് മാത്രമേ അതിന്റെ ഫലം ലഭിക്കുന്നുള്ളൂ" എന്നാണ്. ഫലം ലഭിക്കാതിരിക്കാൻ പ്രധാന കാരണം നാം ചെയ്യുന്ന ജോലിയിൽ നമ്മുടെ ആത്മാർത്ഥ കുറവാണെന്ന് മനസ്സിലാക്കുക.

അതുകൊണ്ട് നമ്മുടെ ജോലിയെടുക്കുന്ന കൈകളിലേയ്ക്ക്

മനസ്സിനെ കൂട്ടിക്കൊണ്ടുവരുവാൻ ശീലിക്കുക. അപ്പോൾ കർമ്മം ശ്രേഷ്ഠമാകും. കർമ്മം ശ്രേഷ്ടമാകുമ്പോൾ ലഭിക്കുന്ന പാരിതോഷികമാണ് വിജയം.

21

# സ്വസ്ഥമായ ഗൃഹസ്ഥാശ്രമ ജീവിതം

മനുഷ്യർക്ക് ജീവിതത്തിൽ 4 ആശ്രമങ്ങളാണുള്ളത്. അവ ബ്രഹ്മചര്യം, ഗാർഹസ്ഥ്യം, വാനപ്രസ്ഥം, സന്യാസം. ഇവനാലും മോക്ഷപ്രാപ്തിക്കുള്ള 4 പടവുകളാണ്. ഇതിൽ ബ്രഹ്മചര്യംഎന്ന് ഉദ്ദേശിക്കുന്നത് വിദ്യാഭ്യാസ കാലഘട്ടമാണ്. ഇത് മറ്റു പടവുകൾ ചവിട്ടിക്കയറുവാനുള്ള യോഗ്യതാ സർട്ടിഫിക്കറ്റാണ്. എല്ലാ ജീവജാലങ്ങളും വായുവിനെ ആശ്രയിച്ചു ജീവിക്കുന്നതു പോലെ ഇതരാശ്രമങ്ങൾ ഗൃഹസ്ഥാശ്രമത്തെ ആശ്രയിക്കുന്നു എന്ന് മനുസ്മൃതി വ്യക്തമാക്കുന്നുണ്ട്.

ധർമ്മത്തിൽ അധിഷ്ഠിതമായ ധനസമ്പാദനം ഗൃഹസ്ഥാശ്രമിക്ക് ആവശ്യമാണ്. "ധനം ദൈവ ത്തിന്റെ പ്രസാദമാണെന്ന് കരുതി അനാസക്തമായി അനുഭവിക്കുക " എന്ന് ഈശാവാസ്യോപനിഷത്തിൽ ഉപദേശിക്കുന്നുണ്ട്. ഇങ്ങനെയുള്ള ശൃഹസ്ഥാശ്രമ ജീവിതത്തെ സ്വസ്ഥവും ശാന്തി പൂർണ്ണവുമാക്കാനുള്ള മൂന്നു പ്രധാന ഘടകങ്ങളാണ് സംതൃപ്തി, ഈശ്വരാർപ്പിതമായി കർമ്മം ചെയ്യൽ, നിർമ്മമത്വം എന്നിവ.

### സംതൃപ്തി

കിട്ടുന്നതുകൊണ്ട് സംതൃപ്തനാകാനുള്ള പരിശീലനം ചെറുപ്പത്തിൽ തന്നെ ഉണ്ടാകേണ്ടതാണ്. കൂടുതൽ കൂടുതൽ ആഗ്രഹിക്കുകയും കിട്ടുന്നതുകൊണ്ട് തൃപ്തനാവാതെരിക്കുകയും ചെയ്യുമ്പോൾ അവിഹിത മാർഗ്ഗത്തിലൂടെ സ്വത്തുണ്ടാക്കാൻ ശ്രമിക്കും. മാത്രമല്ല പണത്തിനോടും പദവിയോടുമുള്ള അമിതമായ ത്വര നമ്മെ അപഥത്തിൽ സഞ്ചരിപ്പിക്കും. ധനം, ജനം, യൗവനം ഇതു മൂന്നും നശ്വരമാണുതാനും. ശ്രീ ശങ്കരാചാര്യസ്വാമികൾ പറഞ്ഞി

ട്ടുള്ളത്"കുടിക്കും ന്തോറും ദാഹം വർദ്ധിപ്പിക്കുന്ന ഒന്നാണ് ആഗ്രഹം " എന്നാണ്. ഈശ്വരനെ മറന്ന് കുറുക്കുവഴികളിലൂടെ ധനം സമ്പാദിക്കുമ്പോൾ ധാർമ്മിക ബോധവും സദാചാരവും നഷ്ടപ്പെട്ട ഒരു ജീവിതമായിരിക്കും ലഭിക്കുക. അത്തരക്കാർ സമൂഹത്തിന് ഒരു ബാദ്ധ്യതയായി തീരുന്നു. എന്നാൽ കിട്ടുന്നതുകൊണ്ട് സംതൃപ്തരായി ശാന്തിയും സ്നേഹവും നിറഞ്ഞ, ആത്മസംയമനത്തിലൂടെയും ആത്മസംതൃപ്തിയോടെയും പാവന ജീവിതം നയിക്കുന്നവർ സമൂഹത്തിന് എന്നും ഒരു മുതൽക്കൂട്ടായിരിക്കും.

**ഈശ്വരാർപ്പിതമായി കർമ്മം ചെയ്യൽ**

ഈശ്വരാർപ്പിതമായി കർമ്മം ചെയ്യുക എന്നതാണ് രണ്ടാമത്തേത്. എന്തു കർമ്മവും ഈശ്വരനു വേണ്ടി, ഈശ്വരനാൽ നിയോഗിക്കപ്പെട്ടതനുസരിച്ചു ചെയ്യുകയാണെന്നും താൻ വെറും ഒരു ഉപകരണം മാത്രമാണെന്നും വിചാരിച്ചു ചെയ്യുക. നമ്മൾ വെറും എഴുതുന്ന പേന മാത്രമാണെന്നും എഴുതിക്കുന്നത് ഈശ്വരനാണെന്നും മനസ്സിലാക്കുക. എന്തു കർമ്മമായാലും അത് ദൈവ സമർപ്പിതമായി ചെയ്യുക. ഈ സന്തർഭത്തിൽ ഭഗവാൻ ശ്രീകൃഷ്ണൻ ഭഗവദ്ഗീതയിൽ പറഞ്ഞത് ഒന്ന് ഇവിടെ കുറിക്കട്ടെ.

" ധർമ്മവും അധർമ്മവും നീ വലിച്ചെറിയൂ. എന്നെ പരിപൂർണ്ണമായി ശരണം പ്രാപിക്കൂ. എല്ലാ പാപങ്ങളിൽ നിന്നും ഞാൻ നിന്നെ മോചിപ്പിക്കും. " എന്നാണ്.

**നിർമ്മമത്വം**

ഒന്നിനോടും ഒരു പരിധിയിൽ കവിഞ്ഞ മമത ഒഴിവാക്കുക. ഞാൻ എന്നും എന്റേതെന്നുമുള്ള വിചരാം അതിർ കവിയാതെ നോക്കുക. ഒന്ന് മനസ്സിലാക്കൂ - നാമെല്ലാം കുറെ കാലത്തേക്ക് ഇവിടെ ഒത്തുകൂടി, പിന്നീട് പിരിഞ്ഞു പോകേണ്ടവരാണ്. ഗസ്റ്റ് ഹൗസിൽ താമസിക്കുന്ന വാടകക്കാരെ പോലെയാണ് നാം ഈ ഭൂമിയിൽ. വാടക സ്ഥലം ഒഴിഞ്ഞാൽ പിന്നെ നാം അതിനോട് മമത കാണിക്കുകയില്ലല്ലൊ. അതുപോലെ തന്നെയാണ് നാം ഈ ഭൂമിയിൽ. അതായത് വാടക സ്ഥലത്തിനോട് തോന്നുന്ന മമത മാത്രം മതി നാം ജീവിക്കുന്ന ഈ ഭൂമിയോടും. എന്നാൽ നാം ഈ ഭൂമിയിൽ ജീവിക്കുന്ന കാലത്ത് മറ്റുള്ളവർക്ക് ഉപദ്രവമില്ലാതെ, കഴിയുമെങ്കിൽ അന്യർക്ക് ഉപകാരം ചെയ്ത് ജീവിക്കുക. എന്നാൽ അതിനു വേണ്ട ദ്രവ്യത്തോടും മറ്റു ഭൗതിക

സാഹചര്യങ്ങളോടും കുറഞ്ഞ മമത പുലർത്തുക. അങ്ങിനെ

യായാൽ അവരെ പിരിയേണ്ടി വരുമ്പോൾ ദുഃഖം കുറക്കാൻ സാധിക്കും.

സദാ ഈശ്വരനെ സ്മരിച്ച് കർമ്മങ്ങൾ ചെയ്യുകയും അതിർകവിഞ്ഞ മമത കാണിക്കാതെ കിട്ടുന്നതുകൊണ്ട് സംതൃപ്തനാവുകയും ചെയ്യുന്ന ഒരു പുണ്യാത്മാവായ ഗൃഹസ്ഥാശ്രമിക്ക് ശാന്തിയും സമാധാനവും ലഭിക്കുമെന്നത് തീർച്ചയാണ്.

22

# സായാഹ്നചിന്തകൾ

"യാവത്വിത്തോപാർജ്ജനസക്ത
താവത് നിജ പരിവാരോ രക്താ
പശ്ചാത് ജീവതി ജർജ്ജര ദേഹേ
വാർത്താം കോപിന പൃച്ഛതിഗേ ഹേ"

ശ്രീമദ് ശങ്കരഭഗവദ്പാദരുടെ വേദ സിദ്ധാന്തങ്ങൾ ലളിതമായും സംഗീതാത്മകമായും രചിക്കപ്പെട്ടിട്ടുള്ള ഭജഗോവിന്ദം കൃതിയിലുള്ള ഒരു ശ്ലോകമാണ് മുകളിൽ കൊടുത്തിരിക്കുന്നത്. ഇതിലെ അശയങ്ങൾ ഈ ശാസ്ത്രയുഗത്തിൽ വളരെ പ്രസക്തമാണ്.

ധനം സമ്പാദിക്കുവാൻ കഴിവുള്ളിടത്തോളംകാലം നമ്മുടെ ബന്ധുക്കളും സുഹൃത്തുക്കളും മറ്റു വേണ്ടപ്പെട്ടവരും നമ്മളെ ചുറ്റിപ്പറ്റി നിൽക്കും. കാലാന്തരത്തിൽ നിങ്ങൾക്കു വയസ്സായി, വരുമാനമൊന്നുമില്ലാതായി, ക്ഷീണിച്ച് അവശനാകുമ്പോൾ, സ്വന്തം വീട്ടിലുള്ളവരുൾപ്പടെ ആരും തന്നെ നമ്മളെ ബഹുമാനിക്കാനോ നമ്മളോട് സംസാരിക്കുവാനോ താല്പര്യം കാണിക്കുകയില്ല എന്നത് ഒരു ജീവിതയാഥാർത്ഥ്യമാണ്.

ഒരു കാര്യം നമ്മൾ എല്ലാവരും മനസ്സിലാക്കേണ്ടതായിട്ടുണ്ട്. അതായത് നമ്മൾ ഓരോരുത്തരും ജീവിക്കുന്നത് നമുക്ക് വേണ്ടി മാത്രമാണ്. സാധാരണയായി അച്ഛനമ്മമാർ പറയും ഞങ്ങൾ ജീവിക്കുന്നത് മക്കൾക്കു വേണ്ടിയാണെന്ന്. അതു പോലെ തന്നെ മക്കളും പറയും ഞങ്ങൾ ബുദ്ധിമുട്ടുന്നത് മാതാപിതാക്കൾക്കു വേണ്ടിയാണെന്ന്. എന്നാൽ ഇതു രണ്ടും ശരിയല്ല. സത്യത്തിൽ അവനവനു സുഖം തരുന്നതിനോടുള്ള മമത മാത്രമാണിത്.

പണം സമ്പാദിക്കുന്നിടത്തോളം കാലം നമ്മുടെ ബന്ധുക്കൾ

നമ്മേ ഇഷ്ടപ്പെടുകയും നമ്മളോട് സ്നേഹാദരങ്ങൾ കാണിക്കുകയും ചെയ്യും. ഭാര്യ, ഭർത്താവ്, പുത്രൻ, പുത്രി, സഹോദരങ്ങൾ, സുഹൃത്തുക്കൾ എന്നിങ്ങനെയുള്ള സകല ബന്ധങ്ങളിലും ഈ മാറ്റം കാണാവുന്നതാണ്. മാത്രമല്ല വാർദ്ധക്യമായി, നമ്മുടെ പദവിയും വരുമാനവു മൊക്കെ ഇല്ലാതാകുന്നതോടെ നാം ചെയ്യുന്നതും പറയുന്നതുമൊക്കെ തെറ്റും കുറ്റവുമായി വ്യാഖ്യാനിക്കപ്പെടുന്നു.അതോടെ ഭാര്യക്ക് ഭർത്താവിനോടും ഭർത്താവിന് ഭാര്യയോടും പുച്ഛം തോന്നുകയും ചെയ്യും. നിഷ്കളങ്കരായ പേരക്കുട്ടികൾക്ക് നമ്മളോട് സ്നേഹവും ബഹുമാനവും ഉണ്ടാകുമെങ്കിലും അവരെ നമ്മളിൽ നിന്നും അവരുടെ അച്ഛനമ്മമാർ അകറ്റാൻ ശ്രമിക്കുന്നത് ഈ ലോകത്ത് അപൂർവ്വമല്ല. മാത്രമല്ല ട്രൂഷൻ ഹോമിൽനിന്ന് ട്രൂഷൻ ഹോമിലേക്കു പരക്കം പായുന്ന, ബാല്യംതന്നെ ഹോമിക്കപ്പെട്ട ഇന്നത്തെ കുഞ്ഞുങ്ങൾക്ക് അപ്പൂപ്പന്റെയും അമ്മൂമ്മയുടെയും അടുത്തുവരാൻ പോലും സമയം കാണുകയില്ല.

മക്കൾ വിദേശരാജ്യങ്ങളിൽ അഞ്ചക്ക ശമ്പളം വാങ്ങുന്നവരാകാം. എങ്കിലും സ്നേഹപ്രകടനത്തിന്റെ ഭാഗമായി നമ്മുടെ വസ്തുവകകൾ ഒക്കെ നാം ജീവിച്ചിരിക്കുമ്പോൾ തന്നെ മക്കളുടെ പേരിൽ എഴുതിവച്ച് വാർദ്ധക്യത്തിൽ മക്കൾ നമുക്ക് ഒരു താങ്ങാവുമെന്ന് ചിന്തിക്കുന്നവരും നമ്മുടെ ലോകത്തിൽ ധാരാളമുണ്ട്. എന്നാൽ സംഭവിക്കുന്നതോ?

വർദ്ധക്യത്തിൽ വല്ല അസുഖവും വന്ന് ഹോസ്പിറ്റലിൽ പ്രവേശിക്കപ്പെട്ടാൽ, നാട്ടുകാരെ ബോധ്യപ്പെടുത്താനായി, ഒരു പക്ഷേ ഒരാഴ്ച ലീവെടുത്ത് മകൻ വന്നേക്കാം .നഴ്സറിക്കാരി മകൾക്ക് പരീക്ഷയുണ്ടെന്ന് പറഞ്ഞ് മകൾ വരാതിരിക്കാം. ഇതെല്ലാം ഈ ലോകത്തിൽ കാണുന്ന സത്യങ്ങൾ മാത്രമാണ്.

രോഗബാധിതനായി കിടക്കുമ്പോൾ കുശലം ചോദിക്കാൻ പോലും ആരേയും കാണുകയില്ല. ഇനി അഥവാ സുഹൃത്തുക്കളാരെങ്കിലും വന്നാൻ ബന്ധുക്കൾ അവരെ കാണിക്കുകയുമില്ല.

അതുപോലെ തന്നെ ശരീരത്തിൽ നിന്നും പ്രാണൻ പോയ ശേഷം സംസ്കാര ചടങ്ങിനായി ചിത വരെ അനുഗമിക്കാനും മരിച്ച ആ വ്യക്തിയെ കുറിച്ച് പുകഴ്ത്തുവാനും ആളുകൾ ഉണ്ടായേക്കാം.പക്ഷെ നമ്മുടെ കൂടെ വരാൻ നമ്മുടെ സഞ്ചിത പുണ്യപാപങ്ങൾ മാത്രമേ ഉണ്ടാകുകയുള്ളൂ.

"അതുകൊണ്ട് ജീവിച്ചിരിക്കുമ്പോൾ ശരീരത്തിലെ ഇന്ദ്രിയ

സുഖങ്ങൾക്കു വേണ്ടി പായാതെ ഈശ്വരനെ ഭജിക്കുകയാണെങ്കിൽ ഈശ്വരകൃപ ഏതൊരവസ്ഥയിലും നമുക്ക് ലഭിക്കുമെന്ന സത്യം മനസ്സിലാക്കുക."

ഇവിടെ "വിത്താർജ്ജന സക്തി " എന്നതിന് കൂടുതൽ അർത്ഥവ്യാപ്തിയുണ്ട്. വിത്തം അഥവാ ധനം എന്നതിന് മനുഷ്യന്

സൗഖ്യപ്രദങ്ങളായ എല്ലാ വസ്തുക്കളും എന്ന അർത്ഥമാണ്. ആർജ്ജിക്കുക എന്നാൽ ആദ്ധ്യാത്മികമായും ഭൗതികവുമായ എല്ലാ കഴിവുകളും നേടുക എന്നാണ്. ഒരു ശാസ്ത്രജ്ഞന്റെ, കലാകാരന്റെ, അധ്യാപകന്റെ, കൃഷിക്കാരന്റെ തുടങ്ങി എല്ലാവ

രുടേയും കഴിവുകളും ഇതിൽ ഉൾപ്പെടുന്നു. മനുഷ്യ ജീവിതത്തിൽ ഇതിനെല്ലാം ക്ഷയം സംഭവിക്കുന്നു. കാലം ഈ കഴിവുകളെ കാർന്നുതിന്നുന്നു. ഇവ ക്ഷയിക്കുന്നതോടെ ബന്ധുമിത്രാദികൾ അകലുന്നു.ഇതെല്ലാം പ്രകൃതി നിയമങ്ങൾ തന്നെയാണ്.

അഹന്ത, അസംതൃപ്തി, അത്യാഗ്രഹം, സ്വാർത്ഥത ഒക്കെ തന്നെയാണ് നമ്മെ നയിക്കുന്ന ശക്തികൾ. മനസ്സിന്റെ തെറ്റായ ധാരണകളെയും വ്യാജ ബോധങ്ങളെയും ഇല്ലായ്മ ചെയ്ത് അതിനെ ഈശ്വരഭക്തിയിലേയ്ക്ക് തിരിക്കുക.

പരോപകാരത്തിലൂടെയും സമൂഹനന്മ ചെയ്യുന്നതിലൂടെയുമാണ് യഥാർത്ഥ സന്തോഷം നമുക്ക് ലഭിക്കുന്നത്.

ജീവിത സായാഹ്നത്തിൽ പലർക്കും മുമ്പ് സൂചിപ്പിച്ച അനുഭവങ്ങളുണ്ടാകാം.അതിൽ നിന്നും മുക്തരാകാനുള്ള മാർഗ്ഗം ആത്മീയമായ കാഴ്ചപ്പാടോടെ നാം നമ്മുടെ കടമകളും കർത്തവ്യങ്ങളും ഫലേച്ഛ കൂടാതെ ചെയ്യുക എന്നതാണ്. അങ്ങിനെയായാൽ അന്ത്യകാലത്ത് ശാന്തി ലഭിക്കും.

നല്ല കുടുംബജീവിതം നയിക്കുന്നത് ഒരു കലയാണ്. സ്വയം നല്ലവനായ ഒരു പിതാവോ, ഭർത്താവോ, ഭാര്യയോ, പുത്രനോ, പുത്രിയോ ആകാൻ ശ്രമിക്കുക. അങ്ങിനെയാകാൻ ശ്രമിക്കുമ്പോൾ കുടുംബാന്തരീക്ഷം ഹൃദ്യമാകും.മറ്റു കുടുംബാംഗങ്ങൾ എങ്ങിനെ പെരുമാറിയാലും നമ്മുടെ പെരുമാറ്റം മറ്റുള്ളവർക്ക് മാതൃകയാക്കുക.നാം കടമകൾ ചെയ്യുക. അതേ സമയം മറ്റു കുടുംബാംഗങ്ങളിൽ നിന്നും ഒന്നും പ്രതീക്ഷിക്കാതിരിക്കുക. അവർ നമ്മെ അനുസരിക്കാതിരിക്കുമ്പോൾ നാം അവരോടുള്ള കടത്തിൽ നിന്നും മോചിതരായി എന്ന് ആശ്വസിക്കുക. ലാളിത്യവും ആത്മാർത്ഥതയുമാകട്ടെ നമ്മുടെ മുഖമുദ്ര. ഇവ നമുക്ക് ജീവിത സന്ധ്യയിൽ ഒരു സാന്ത്വനമാവട്ടെ!

അങ്ങിനെയായാൽ ലോകം നമ്മെ ഉപേക്ഷിക്കുന്നതിന് മുമ്പുതന്നെ നമുക്ക് ഐഹിക കാര്യങ്ങളിൽ നിന്നും വിരമിച്ച് പ്രശാന്തവും കൂടുതൽ പ്രായോഗികവുമായ മറ്റൊരു ലോകത്തേക്ക് പോകാൻ സാധിക്കും.

23

# സത്യം വദ, ധർമ്മം ചര

"അർത്ഥാ ഗൃഹേ നിവർത്തന്തേ
ശ്മശാനേ പുത്ര ബാന്ധവാ
സുകൃതം ദുഷ്കൃതം ചെയ് വ
ഗച്ഛന്ത മനു ഗച്ഛതീ "

നാം ചെയ്യുന്ന സുകൃതവും ദുഷ്കൃതവും മാത്രം മരണശേഷം നമ്മോടൊപ്പമുണ്ടാകും. അവരാണ് നമ്മുടെ നിതാന്ത സ്നേഹിതർ. നാം കഷ്ടപ്പെട്ടു സമ്പാദിച്ച പണവും മറ്റു സമ്പത്തുകളും എല്ലാം തന്നെ നമ്മുടെ മരണശേഷം വീട്ടിൽ തന്നെ ഉണ്ടാകും. മരണത്തോടെ അവയെല്ലാം നമ്മെ വിട്ടുപിരിയുന്നു. ഭാര്യയും മക്കളും ബന്ധുക്കളും മറ്റു സുഹൃത്തുക്കളും ശ്മശാനം വരെ നമ്മുടെ കൂട്ടിനുണ്ടാകും. എന്നാൽ നാം ജീവിച്ചിരിക്കുമ്പോൾ ചെയ്ത സൽക്കർമ്മങ്ങളും ദുഷ്കർമ്മങ്ങളും മരണശേഷവും നമ്മുടെ കൂടെ തന്നെ ഉണ്ടാകും.

നന്മ ചെയ്തവർ, അന്യർക്കു വേണ്ടി ത്യാഗമനുഭവിച്ചവർ എന്നെന്നും ഓർക്കപ്പെടും. നമ്മുടെ രാഷ്ടപിതാവായ മഹാത്മാ ഗാന്ധിയേയും നമ്മുടെ ആരാധനാലയങ്ങൾ കൊള്ളയടി ച്ചവരെയും നമ്മളും നമ്മുടെ വരും തലമുറകളും ഓർക്കുന്നു. പക്ഷെ അവരെ ഒരേ വികാരത്തോടെയല്ലെന്നു മാത്രം. അതായത് സൽക്കർമ്മത്തിന്റെയും ദുഷ്കർമ്മത്തിന്റയും ഫലങ്ങൾ ഓർമ്മയിലൂടെ മരണാനന്തരവും നശിക്കാതെ നിലനിൽക്കുന്നു. നന്മകൾ ചെയ്തവർ ശരീരം വെടിഞ്ഞാലും അവരെ കുറിച്ചുള്ള സ്മൃതികൾ അനന്തര തലമുറയിലൂടെ ജീവിക്കുന്നു. ഉദാഹരണം പറയുകയാണെങ്കിൽ വ്യാസനും വാല്മീകിയും ശങ്കരാചാര്യരും ശ്രീനാരായണ ഗുരുവും വിവേകാനന്ദനും ഈ ഭാരതത്തിൽ ജനിച്ചു ജീവിച്ചു മരി

ച്ചു. അവർ മരിച്ചിട്ടും മരിക്കാതെ ജനഹൃദയങ്ങളിൽ ജീവിക്കുന്നു. വനംകൊള്ളക്കാരനായ വീരപ്പനും ഇവിടെ ജീവിച്ചു മരിച്ചു. മാത്ര മല്ല അയാൾ ധാരാളം പണമുണ്ടാക്കുകയും ചെയ്തു. അയാൾ അനേകം മനുഷ്യരേയും ആനകളെയും നിർദ്ദയം വധിച്ചു. ഒടുവിൽ പ്രതീക്ഷിച്ചതുപോലെ തന്നെ ഒരു നാൾ പോലീസിന്റെ വെടിയുണ്ടെ ക്കിരയാവുകയും ചെയ്തു. പക്ഷെ അയാളുടെ മരണത്തിൽ ഒരു തുള്ളി കണ്ണുനീർ ആരും പൊഴിച്ചില്ല. ഒന്ന് ആലോചിച്ചു നോക്കൂ! ഇത്രയും സമ്പാദിച്ചിട്ടും അയാൾക്ക് ഒരു ദിവസം പോലും സുഖമാ യി ഉറങ്ങാൻ കഴിഞ്ഞോ? അതുപോലെ തന്നെ അലക്സാണ്ടർ ചക്രവർത്തി അനവധി രാജങ്ങൾ വെട്ടിപ്പിടിച്ചു. മാത്രമല്ല അനവ ധി മനുഷ്യരെ കൊന്നൊടുക്കി. ഏറെ ധനം സമ്പാദിച്ചു. ഒടുവിൽ മരിച്ചപ്പോൾ ശവമഞ്ചത്തിനു വെളിയിലൂടെ കൈൾ രണ്ടും മലർ ത്തിപ്പിടിച്ചു "ഞാനൊന്നും കൊണ്ടു പോകുന്നില്ല" എന്ന് മാലോക രെ ബോദ്ധ്യപ്പെടുത്തി.

മദർതെരേസ പാവപ്പെട്ടവർക്കല്ലാം അത്താണി യായി. നിരാ ശ്രയരായ പിഞ്ചോമനകൾക്ക് വാത്സല്യം പകർന്നു മാതാവായി. അവർ മരിച്ചെങ്കിലും ഇന്നും മധുരസ്മരണയായി ജീവിക്കുന്നു. സ്വാമി വിവേകാനന്ദനും ശങ്കരാചാര്യരും മൂന്ന് ദശകങ്ങളെ ജീ വിച്ചുള്ളൂ. പക്ഷെ അവർ നൽകിയ സന്ദേശങ്ങൾ എത്ര ആത്മാ ക്കൾക്കു നിർവൃതിയായി! അതു കൊണ്ട് ഒന്ന് മനസ്സിലാക്കുക "മഹത്തുക്കൾ മരിക്കുന്നില്ല. അവർ പറയുന്നതു ചെറിയ കാര്യ മായിരിക്കാം പക്ഷെ അവർ പറഞ്ഞതിനാൽ അവ മഹദ് വചന ങ്ങളായിത്തീർന്നു.

"സത്യംവദ, ധർമ്മം ചര"എത്ര ഉദാത്തമായ വാക്കുകൾ! അവ ജീവിതത്തിൽ ഉൾക്കൊള്ളാനായാൽ ആ ജീവിതം എത്ര സഫല മായിരിക്കും!ധാർമ്മികമായ കർമ്മം അനുഷ്ഠിച്ചാൽ ആ കർമ്മ ത്തിന്റെ ഫലം തീർച്ചയായും നമുക്ക് തുണയായി വരും. അതുപോ ലെതന്നെ പാപകർമ്മങ്ങളുടെ ദുഷ്ഫലങ്ങൾ എപ്പോഴും നമ്മ വേ ട്ടയാടും.

പുത്രധർമ്മം, ഭർതൃധർമ്മം, പത്നീധർമ്മം, പിതൃധർമ്മം എന്നി ങ്ങനെ കുടുംബപരമായ ധർമ്മങ്ങളും സാമൂഹിക ധർമ്മങ്ങളും എല്ലാവരും അനുഷ്ഠിക്കേണ്ടതായിട്ടുണ്ട്. ഏതു പ്രവർത്തിരംഗ ത്താണോ നിയുക്തനായിരിക്കുന്നത് അതിൽ ആത്മാർത്ഥതയോ ടെയും സത്യസന്ധതയോടെയും പ്രവർത്തിക്കുക എന്നതു തന്നെ യാണ് ധാർമ്മിക കർമ്മം. ധാർമ്മിക കടമകളിൽ സത്യസന്ധത

അനിവാര്യമാണ്.

ഗൃഹസ്ഥാശ്രമ ജീവിതത്തിൽ പണസമ്പാദനം നിഷിദ്ധമല്ല. പക്ഷെ അത് ധാർമ്മികമായിരിക്കണമെന്നു മാത്രം. അങ്ങിനെ സമ്പാദിച്ച പണം വിവേകപൂർവ്വം ചെലവഴിക്കണമെന്നാണ് ഋഷീശ്വരന്മാർ ഉപദേശിച്ചിട്ടുള്ളതും.

സമ്പത്തിനെ അഞ്ചായി ഭാഗിക്കണം. അതിൽ ഒരു ഭാഗം അവനവനു വേണ്ടി ഉപയോഗിക്കാം. ഒരു ഭാഗം കുടുംബത്തിനു വേണ്ടിയും ഒരു ഭാഗം നാളേക്കു വേണ്ടി നീക്കിവയ്ക്കണം. ഇനി ഒരു ഭാഗം സമൂഹത്തിന്റെ ഭൗതിക പുരോഗതിക്കു വേണ്ടിയും നീക്കിവെയ്ക്കുക. (അതായത് അനാഥാലയങ്ങൾ, ആശുപത്രികൾ, വിദ്യാലയങ്ങൾ, ആരാധനാലയങ്ങൾ ഇവയുടെ സംരക്ഷണത്തിനു വേണ്ടി എന്നർത്ഥം.) തുടർന്ന് അഞ്ചാമത്തെ ഭാഗം സമൂഹത്തിന്റെ ആത്മീയ പുരോഗതിക്കായി വിനിയോഗിക്കണം.

ഒന്ന് മനസ്സിലാക്കുക നമ്മളാരും പണത്തിന്റെ ഉടമസ്ഥനല്ല. വെറും സൂക്ഷിപ്പുകാർ മാത്രമാണ്. നമുക്കുള്ളതൊക്കെ നമ്മോടൊപ്പം സ്ഥിരമായി ഉണ്ടാകുമെന്നത് വെറും തോന്നൽ മാത്രമാണ്. അതുപോലെ തന്നെ നമ്മുടെ സുഹൃത്തുക്കൾ നാളെ ശത്രുക്കളാകാം. നമുക്ക് വേണ്ടി വാദിക്കുന്നവർ, നമ്മോടൊപ്പം നിൽക്കുന്നവർ ഒക്കെ സ്ഥിരമായി നമ്മോടൊപ്പം ഉണ്ടാകുമെന്ന് വിചാരിക്കേണ്ട. ഭരതനേക്കാൾ തനിക്കിഷ്ടം രാമനോടാണെന്ന് പറഞ്ഞ കൈകേയി, മന്ഥരയുടെ കുറിക്കുകൊള്ളുന്ന വാക്കുകളിൽ വീണ് അഭിപ്രായം നേരെ വിപരീതമാക്കി. അന്ന് ഒരു മന്ഥരയെ ഉണ്ടായിരുന്നുള്ളൂവെങ്കിൽ ഈ വർത്തമാനകാലത്തിൻ മന്ഥരന്മാരെ ധാരാളം കാണാൻ കഴിയും.

അതു കൊണ്ട് ഓർക്കുക! നമുക്ക് നഷ്ടങ്ങളുടെ ഒരു പരമ്പര തന്നെ ഉണ്ടാകാം. മറ്റെല്ലാം നശിച്ചാലും സത്യധർമ്മാദികൾ നിലനിൽക്കും. ദൗർഭാഗ്യത്തിൽ തളരാതെ, ദുർബലരാകാതെ, മറ്റുള്ളവരെ പഴി പറയാതെ, സത്യധർമ്മാദികളെ മുറുകെ പിടിച്ച് ത്യാഗോജ്ജ്വലമായി ജീവിക്കുന്നവർ ഒരിക്കലും മരിക്കുന്നില്ല. അവർ ചൊരിയുന്ന നെയ് വിളക്കിന്റെ പ്രകാശം പിൻതലമുറയ്ക്ക് എപ്പോഴും വഴികാട്ടിയാകും. നിരന്തരം നന്മകൾ ചെയ്താൽ, ശരീരം വെടിഞ്ഞാലും സമൂഹത്തിൽ എക്കാലവും ഓർമ്മിക്കപ്പെടും. നല്ല ഓർമ്മകൾ മാത്രം അവശേഷിപ്പിച്ചുകൊണ്ട് ജീവിതമാകുന്ന ഈ നാടകത്തിൽ നിന്നും നമുക്ക് വിടവാങ്ങാൻ ശ്രമിക്കാം.

24

# സഞ്ചിതകർമ്മ സിദ്ധാന്തം

ജീവിതത്തിൽ വിജയം നേടുവാൻ ഓരോ പ്രശ്നങ്ങളെയും ബുദ്ധി കൊണ്ടു നേരിടാൻ പരിശീലനം സിദ്ധിക്കുകയാണ് വേണ്ടത്. ആർക്കും പ്രശ്നങ്ങളില്ലാത്ത ജീവിതം ഉണ്ടാകാറില്ല. പലപ്പോഴും നമ്മുടെ ദു:ഖങ്ങൾക്കും വിഷമങ്ങൾക്കും കാരണം മറ്റുള്ളവരാണെന്ന് നാം ചിന്തിക്കുന്നു. അത് മനസ്സിൽ വെച്ച് നമ്മൾ അവരോട് പെരുമാറുമ്പോൾ അവരുടെ വെറുപ്പും ദേഷ്യവും ഉണ്ടാകുവാൻ കാരണമാകുകയും ചെയ്യും.

ഒന്ന് മനസ്സിലാക്കുക നമ്മുടെ പ്രശ്നങ്ങൾക്കെല്ലാം കാരണം നാം തന്നെയാണ്. നമ്മുടെ ഉള്ളിലുള്ള വികാരങ്ങളാണ് നാം പുറത്തു കാണിക്കുന്നത്. നമ്മുടെ സുഖത്തിനും ദു:ഖത്തിനും കാരണക്കാർ നാം തന്നെയാണ്.

"താൻ താൻ നിരന്തരം ചെയ്യുന്ന കർമ്മങ്ങൾ താൻ തനനുഭവിച്ചിടു കെന്നേ വരൂ " എന്ന പഴമൊഴിയുടെയും As you sow, so you reap എന്ന ബൈബിൾ വചനത്തിന്റെയും സാരം ഒന്നു തന്നെയാണ്. സൽപ്രവർത്തി നന്മയുടേയും ദുഷ്പ്രവർത്തി തിന്മയുടേതുമായ ഫലങ്ങൾ നൽകും. ഈ തത്ത്വപ്രകാരം നാം തന്നെയാണ് നമ്മുടെ വിധികർത്താക്കൾ. ഇതിനെ കർമ്മസിദ്ധാന്തമെന്നും പറയുന്നു. നമ്മുടെ പരാജയങ്ങളിൽ മറ്റുള്ളവരെയോ ദൈവത്തെയോ പഴിക്കുന്നതിനർത്ഥമില്ല. നാം ഒരു തെറ്റു ചെയ്തു എന്ന് നമുക്കു തന്നെ ബോദ്ധ്യമായാലും ഒരു വക്കീലിനെപ്പോലെ വാദിച്ച് തെറ്റിനെ ശരിയാക്കാൻ നാം ശ്രമിക്കുന്നു. അതേ തെറ്റ് മറ്റൊരാൾ ചെയ്താൽ,ഒരു ജഡ്ജിയെപ്പോലെ നാം അയാൾക്കെതിരേ വിധിയെഴുതും.

സദാചാരവും ധാർമ്മികനിഷ്ഠയും ജീവിതത്തിൽ പാലി

ച്ചേ മതിയാകൂ. ഇതുതന്നെയാണ് കർമ്മയോഗത്തിന്റെ കാതൽ. ഓരോ കർമ്മവും ഈശ്വരാർപ്പിതമായി, ഫലേച്ഛ കൂടാതെ ചെയ്യുമ്പോൾ അത് യജ്ഞമായി തീരുന്നു എന്ന് ഭഗവദ്ഗീതയിൽ ഭഗവാൻ കൃഷ്ണൻ പറഞ്ഞിട്ടുണ്ട്. കർമ്മയോഗം ജീവിതത്തെ ആത്മീയമാക്കുന്നു. സ്വയം നിയന്ത്രിച്ച് അധാർമ്മിക പ്രവർത്തനങ്ങളിൽ മുഴുകാതെ നല്ല ജീവിതം നയിക്കാൻ കർമ്മയോഗം നമ്മെ സഹായിക്കുന്നു. നമ്മുടെ ലോകത്തുകാണുന്ന എല്ലാ ദ്വന്ദ്വഭാവങ്ങളെയും - സുഖം - ദു:ഖം - വെളിച്ചം - ഇരുട്ട്,ജയം - പരാജയം -എല്ലാറ്റിനെയും ഈ കർമ്മസിദ്ധാന്തം ശരിയായി വിശദീകരിക്കുന്നു. നല്ല മനുഷ്യർക്കു ദുരാനുഭവവും ദുഷ്ട മനുഷ്യർക്ക് ഐശ്വര്യവും കിട്ടുന്നതിന്റെ കാരണവും, ചില കുട്ടികൾ ആരോഗ്യവും സമ്പത്തുമുള്ളവരായും മറ്റു ചിലർ ജനിക്കുമ്പോൾ തന്നെ രോഗവും പട്ടിണിയും അനുഭവിക്കേണ്ടി വരുന്നവ

രായും കണ്ടു വരുന്നതിന്റെ കാരണവും കർമ്മസിദ്ധാന്തത്തിൻ വിശദീകരിക്കുന്നുണ്ട്. കർമ്മഫലം ഈ ജന്മത്തിലെ മാത്രമല്ല പൂർവജന്മത്തിലേതുമാകാം. ഈ വിശ്വാസം ജീവിതത്തെ ധൈര്യപൂർവ്വം നേരിടാൻ നമ്മേ സഹായിക്കും. അതായത് പൂർവ്വജന്മകർമ്മങ്ങളിലൂടെ നേടിയ കർമ്മത്തിന്റെ - സഞ്ചിത കർമ്മത്തിന്റെ ഫലം നാം ഈ ജന്മത്തിലനുഭവിക്കുന്നു എന്ന് സാരം. സുഖദു:ഖങ്ങളും സ്വർഗ്ഗ നരകങ്ങളും ഒക്കെ മനസ്സിന്റെ സൃഷ്ടിയാണ്. ഭാഗ്യം, വിധി, തലയിലെഴുത്ത് എന്നൊക്കെ പറയുന്നത് മുൻ പ്രവർത്തനങ്ങളുടെ പ്രതിപ്രവർത്തനങ്ങളാണന്ന് മനസ്സിലാക്കുക.

ഇന്നത്തെ ഒരു കർമ്മം, ചിന്ത, വാക്ക് ഇവകളുടെയെല്ലാം ഫലം കൂട്ടിവെച്ചിട്ട് അതിന്റെ ഒരു ഭാഗം ഈ ജന്മത്തിൽ അനുഭവിക്കാൻ തരുന്നു. ഇതിനെ " പ്രാരബ്ധം " എന്നു പറയുന്നു. അതനുഭവിച്ച് കർമ്മാനുസാരം സുഖിക്കുകയോ ദു:ഖിക്കുകയോ ചെയ്യുന്നു. ഇത് മനസ്സിലാകുമ്പോൾ മനോബലം നേടി ദു:ഖങ്ങളെല്ലാം അനുഭവിക്കാൻ നമ്മെ ശക്തരാക്കും. ദൗർഭാഗ്യത്തെയോ,

മറ്റുള്ളവരെയോ, ദൈവത്തെയോ, വിധിയെയോ പഴിക്കുകയല്ല വേണ്ടത്. പ്രാരബ്ധം മറ്റുള്ളവർ നമ്മളിൽ ആരും അടിച്ചേൽപ്പിക്കുന്നതല്ല. ഈ ജന്മത്തിൽ നാം ചെയ്യുന്ന സൽപ്രവർത്തികളിലൂടെയും, സത്യസന്ധതയിലൂടെയും, കരുണ, സ്നേഹം, ത്യാഗം, നിസ്വാർത്ഥത തുടങ്ങിയ സൽഗുണങ്ങളിലൂടെയും ധാർമ്മിക ജീവിതം നയിച്ചാൽ പ്രരബ്ധത്തിലെ ദോഷവശങ്ങൾ കുറയ്ക്കാൻ സാധിക്കും.

സൽപ്രവർത്തികൾ മനസ്സിനെ ശുദ്ധീകരിക്കും. ചെയ്തുപോയ തെറ്റുകൾക്കു മാപ്പപേക്ഷിച്ചും ധർമ്മാനുസൃതം ജീവിച്ചും ആത്മീയമായി ഉയരാനും അടുത്ത ജന്മങ്ങൾ ഇപ്പോഴത്തേതിനേക്കാൾ ഐശ്വര്യപൂർണ്ണമാക്കാനും സാധിക്കും. ആദ്ധ്യാത്മിക ചിന്താഗതിയോടെ പ്രശ്നങ്ങളെ നേരിടുമ്പോൾ സ്നേഹവും സഹാനുഭൂതിയും സഹനശക്തിയും എല്ലാം നമ്മളിൽ വർദ്ധിച്ചു വരും. അതോടെ മന:ശാന്തിയും സമാധാനവും ലഭിക്കും.

ഒന്ന് മനസ്സിലാക്കുക! ആദ്ധ്യാത്മിക ചിന്താഗതിയുള്ളവർക്ക് ഒരിക്കലും അന്യരിലെ ദോഷം കാണുവാൻ സാധിക്കുകയില്ല. പേരും പെരുമയും നേടാനുള്ള അമിതമായ ആഗ്രഹം മന:ശാന്തി നശിപ്പിക്കും.

മറ്റുള്ളവരുടെ അംഗീകാരം ആഗ്രഹിക്കുന്നതിൽ തെറ്റില്ല. പക്ഷെ അതു നമ്മുടെ നിസ്വാർത്ഥമായ പ്രവൃത്തികളുടെ ഫലമായിട്ടായിരിക്കണമെന്നു മാത്രം.

25

# ഈശ്വരനും പ്രപഞ്ച നിയമങ്ങളും

നമ്മളേപ്പോലെ തന്നെ ഈശ്വരനും ഒരാത്മാവ് തന്നെയാണ്. എന്നാൽ പരമാത്മാവ് എന്നാണ് നമ്മൾ വിളിക്കുന്നത്. ഈ പരമം എന്ന ശബ്ദം കൊണ്ട് ഉദ്ദേശിക്കുന്നതെന്തെന്നാൽ - ഈ ആത്മാവ് മാത്രം ജനനമരണചക്രത്തിലേക്ക് വരുന്നില്ല, ഈ ആത്മാവിനെ കർമമോ കർമവാസനകളോ ബാധിക്കുന്നില്ല, ജയപരാജയങ്ങൾക്ക് അതീതനാണ്. സുഖദുഃഖങ്ങൾക്ക് അതീതനാണ്, പരിമിതികൾ ഇല്ലാത്തവനാണ്, പ്രപഞ്ചരഹസ്യങ്ങളുടെ ജ്ഞാനമുള്ളവനാണ്.

ഈശ്വരൻ എല്ലാം നടത്തുന്നവനാണെന്നും നമ്മുടെ എല്ലാ ആഗ്രഹങ്ങളും സാധിപ്പിച്ച് തരുമെന്നും നമുക്ക് സൗഭാഗ്യങ്ങൾ തരുന്നതും പരീക്ഷണങ്ങൾ തരുന്നതും ഈശ്വരനാണെന്നും ഭൂമിയിൽ ഓരോ ഇല ഇളകുന്നതുപോലും ഈശ്വരന്റെ ആജ്ഞക്കനുസരിച്ചാണെന്നും പലരും വിശ്വസിക്കുന്നു. എന്നാൽ ഈശ്വരൻ പ്രപഞ്ചനിയമങ്ങളെ മറികടന്നുകൊണ്ട് ആരെയും സഹായിക്കുകയോ ശിക്ഷിക്കുകയോ ചെയ്യുകയില്ല. എന്തുകൊണ്ടെന്നാൽ എല്ലാവർക്കും അവരവരുടെ കർമത്തിന്റെ യോഗ്യതക്കനുസരിച്ച് ആവശ്യമുള്ളത് ആവശ്യമുള്ളപ്പോൾ ലഭിക്കുമെന്ന് ഈശ്വരനറിയാം. എന്നാൽ മനുഷ്യർ ദേഹബോധത്തിനടിമയായി ജന്മത്തിന്റേയും കർമ്മത്തിന്റേയും രഹസ്യങ്ങൾ വിസ്മരിക്കുമ്പോൾ അത് ഓർമിപ്പിച്ചുതരുന്നതുകൊണ്ട് ഈശ്വരനെ സർവ്വതിന്റേയും ആധാരമായി മാനിക്കുന്നു.

**ഈശ്വരൻ എവിടെയാണ് ?**

ചിലർ എല്ലായിടത്തും ഈശ്വരനുണ്ടെന്ന് കരുതുന്നു. ചിലർ

ചില നിശ്ചിത സ്ഥലങ്ങളിൽ മാത്രം ഈശ്വരൻ ഉണ്ടെന്ന് വിശ്വസിക്കുന്നു. ചിലർ ഞാൻ തന്നെയാണ് ഈശ്വരനെന്ന് പറയുന്നു. എന്നാൽ ആത്മാർത്ഥമായി ഈശ്വരനെ വിളിക്കുമ്പോഴെല്ലാം സ്വാഭാവികമായി കണ്ണുകൾ മുകളിലേക്ക് പോകുന്നു. ചിലപ്പോൾ മേഘങ്ങൾക്ക് മുകളിലൊരു ലോകത്തിൽ ഈശ്വരൻ വസിക്കുന്നുണ്ടാകുമെന്ന് പ്രതീക്ഷിച്ചു കൊണ്ടായിരിക്കാം നോക്കുന്നത്. എന്നാൽ കണ്ണുകൾ കൊണ്ടോ ടെലസ്കോപ്പ് കൊണ്ടോ സാറ്റലൈറ്റുകൾ മുഖേനയോ കണ്ടെത്താൻ കഴിയാത്ത ആത്മലോകത്തെക്കുറിച്ച് എത്ര പേർ ചിന്തിക്കാറുണ്ട്. അഥവാ ചിന്തകളെ യഥാർത്ഥരീതിയിൽ ഏകോപിപ്പിക്കുവാൻ കഴിയുകയാണെങ്കിൽ മനസ്സ് കൊണ്ട് നമുക്ക് ആത്മലോകം വരെ സഞ്ചരിക്കുവാൻ സാധിക്കുന്നതാണ്. ഈ ലോകം ആത്മാക്കളുടെ പരമമായ ദിവ്യഗൃഹമാണ്. പഞ്ചതത്വങ്ങൾക്കുപരിയായി സ്ഥിതിചെയ്യുന്ന ആറാം തത്വമാണിത്. ധ്യാനത്തിലൂടെ ആത്മാവിന്റെ ബോധം ഈ തലത്തിലേക്ക് ഉയരുമ്പോൾ തന്റെ ഗൃഹത്തിലേക്കെത്തിച്ചേർന്ന പ്രതീതീയുണ്ടാകുന്നു. അവസാനം ഈശ്വരനിലേക്കും എത്തിച്ചേരുന്നു.

സൂര്യൻ ഏത് പോലെയാണോ ചൂടും വെളിച്ചവും എല്ലാവർക്കും ഒരുപോലെ നൽകുന്നത് അതുപോലെ ആത്മീയ സൂര്യനായ ഈശ്വരനും സർവ്വർക്കും ഒരുപോലെ ജ്ഞാന പ്രകാശം നൽകുന്നു. യാതൊരു സ്വാർത്ഥ താത്പര്യങ്ങളുമില്ലാതെ പരോപകാരഭാവനയോടെ, ഓരോരുത്തർക്കും അവരവരുടെ മൂലഗുണങ്ങളായ സ്നേഹവും ശാന്തിയും സന്തോഷവും ഉണർത്തിക്കൊടുത്ത് നിസ്വാർത്ഥ ഭാവനയോടെ ഈശ്വരൻ സദാ സേവനം ചെയ്തുകൊണ്ടിരിക്കുന്നു. ഇതു കൊണ്ടാണ് ഈശ്വരനെ സമസ്ത മതങ്ങളിലും മംഗളകാരി എന്ന അർത്ഥത്തിലുള്ള നാമങ്ങൾ നൽകി വിളിക്കുന്നത്.

### ഈശ്വരന്റെ ജ്ഞാനം (വിവേകം) സ്നേഹം, ശക്തി

മനുഷ്യർ ചിലപ്പോൾ അത്ഭുതപ്പെടാറുണ്ട്, ഈശ്വരന് ഇന്ദ്രജാലം കാണിച്ച് വസ്തുക്കളെയും വ്യക്തികളേയും സ്വാധീനിച്ച് അവർക്ക് ശരിയായ ദിശ കാണിച്ച് കൊടുത്തുകൂടേ. അങ്ങിനെ ഭൂമിയിൽ നന്മ മാത്രം സംഭവിപ്പിക്കാമായിരുന്നുവല്ലോ. പക്ഷേ ഈശ്വരൻ ഒരിക്കലും ആരുടേയും സ്വാതന്ത്ര്യത്തിൽ കൈകടത്തുകയില്ല. ഓരോ വ്യക്തിയുടെയും വ്യക്തിപരമായ സവിശേഷതയേയും അന്തർലീനമായ ഗുണങ്ങളേയും മനസിലാക്കി അതിനെ അം

ഗീകരിക്കുക മാത്രമേ ചെയ്യുന്നുള്ളൂ. ഈശ്വരൻ നമുക്ക് സ്നേഹം വെറുപ്പ്, സന്തോഷം-സങ്കടം, ജയം-പരാജയം, എന്നിവയെക്കുറിച്ചുള്ള തിരിച്ചറിവിന്റെ ജ്ഞാനം മാത്രമേ നൽകുകയുള്ളൂ. ഈശ്വരൻ ഒരിക്കലും നമുക്ക് വേണ്ടി ഒന്നും തീരുമാനിച്ച് നൽകുകയില്ല. സ്നേഹിക്കണോ വെറുക്കണോ, വേണോ വേണ്ടയോ, എന്നിങ്ങനെയുള്ള തീരുമാനങ്ങൾ എടുക്കുന്നതിൽ ആത്മാവ് സ്വതന്ത്രനാണ്.

26

# ജീവിതമൂല്യങ്ങളുടെ അടിത്തറ

"ഓം ഭദ്രം കർണ്ണേ ഭി:
ശ്രൃണുയാമദേവാ ഭദ്രം
പശ്യേ മാ ക്ഷഭിർ യജത്രാ:"

മുകളിൽ കൊടുത്തിരിക്കുന്നത് അഥർവ്വവേദത്തിലെ സുപ്രസിദ്ധമായ ശാന്തിമന്ത്രമാണ്. ദേവന്മാരോട് പ്രാർത്ഥിക്കുകയാണ്: ഞങ്ങൾ ശ്രോത്രേന്ദ്രിയങ്ങൾ കൊണ്ട് മംഗളപ്രദങ്ങളായ വാക്യങ്ങൾ കേൾക്കുമാറാകട്ടെ!

ഈശ്വരധ്യാനനിരതന്മാരായഞങ്ങൾ നേത്രേന്ദ്രിയങ്ങൾ കൊണ്ട് മംഗളകരമായ ഈശ്വര സ്വരൂപം കാണുമാറാകട്ടെ! നല്ല വാക്കുകൾ മാത്രം സംസാരിക്കുമാറാകട്ടെ!

നമ്മുടെ ശരീരമാകുന്ന വാഹനത്തെ നയിക്കുന്ന ഡ്രൈവറാണ് മനസ്സ്. മനസ്സിന്റെ നിർദ്ദേശാനുസരണം ശരീരം ചലിക്കുന്നു. നമ്മുടെ മനസ്സാവട്ടെ നിർദ്ദേശങ്ങൾ സ്വീകരിക്കുന്നത് ചെവി, കണ്ണ്, നാക്ക് എന്നിവകളിലൂടെയാണ്. ജീവിതമൂല്യം നേടാൻ ഇവയെ ശരിയായവിധത്തിൻ പരിശീലിപ്പിക്കേണ്ടതായിട്ടുണ്ട്.

ചെവികളിലൂടെ നാം പല ശബ്ദ ങ്ങളും കേൾക്കുന്നുണ്ടെങ്കിലും അവയിൽ ചിലതിൽ മാത്രം ശ്രദ്ധ ചെലുത്തുന്നു. കേൾക്കേണ്ടതു മാത്രം കേൾക്കുവാൻ ചെവികൾക്ക് നിയന്ത്രണം അത്യാവശ്യമാണ്. നെഗറ്റീവായുള്ളവയെ അതായത് പരദൂഷണം,ഏഷിണി മുതലായവയെ അവഗണിക്കുക. മഹത്തായ സന്ദേശങ്ങൾ, മഹാത്മാക്കളുടെ വാക്കുകൾ, സത്യവും നിത്യവുമായ യാഥാർത്ഥ്യങ്ങളൊക്കെ കേൾക്കുവാൻ ഞങ്ങളെ അനുഗ്രഹിക്കണേ! എന്ന് പ്രാർത്ഥിക്കുക. ആത്മാർത്ഥതയുടെയോ യാഥാർത്ഥ്യബോധത്തിന്റെയോ കണികപോലുമില്ലാത്ത വാഗ്ദാനങ്ങൾ, മാനവികത

യും സാഹോദര്യവും നശിപ്പിക്കുന്ന ദുർഭാഷണങ്ങൾ ഒന്നും ശ്ര ദ്ധിക്കാതിരിക്കുക.

ഇനി, എന്തൊക്കെ കാണണം?എന്തൊക്കെ കാണരുത്? ഇതിന് ഋഷിമാർ തരുന്ന ഉപദേശം അന്യരിലെ നന്മകൾ മാത്രം കാണാൻ ശ്രമിക്കുക,അന്യരുടെ വേദനകൾ, ദു:ഖങ്ങൾ നമ്മുടെ ദു:ഖമായി കാണുക, അനാഥരുടെ കഷ്ടപ്പാടുകൾക്ക് പരിഹാരം കണാൻ ശ്രമിക്കുക എന്നാണ്.

നമ്മേ ആകർഷിക്കാൻ കഴിവുള്ള പലതും ഈ ലോകത്തു ണ്ട്. സ്വർണ്ണമാനിന്റെ കണ്ണഞ്ചിക്കുന്ന പ്രഭയിൽ വീണുപോയ സീത രാവണന്റെ പിടിയിലായിപ്പോയ കഥ നമുക്ക് അറിയാവുന്ന താണ്.

സുഖമുണ്ടെന്നു തോന്നിപ്പിക്കൽ, അടിമപ്പെടുത്തൽ ഇതൊ ക്കെയാണ് ഭൗതികത എന്ന കനകമൃഗത്തിന്റെ ലക്ഷ്യങ്ങൾ.

നമ്മളും സന്യാസവേഷത്തിലെത്തുന്ന രാവണന്മാരെ തിരിച്ച റിയണം. മൃഗീയതൃഷ്ണയുടെ പ്രതീകമാണ് രാവണൻ. ഈ രാ വണൻ എല്ലാവരുടെയും ഉള്ളിലുണ്ട്. പണത്തിന്റെയോ അധികാ രത്തിന്റെയോ തൃഷ്ണയുണ്ടെങ്കിൽ അതിനായി അന്യനെ കൊ ല്ലാൻപോലും മടിക്കില്ല ഈ രാവണൻ ഉള്ളിൻ കടന്നു കൂടിയാൽ. രാമനില്ലാത്ത

ജീവിതം തനിക്കസഹ്യം എന്നു പറഞ്ഞ് കൊട്ടാരം വിട്ട സീത വെറും ഒരു മാനിനാൽ ആകർഷിക്കപ്പെട്ട് രാമനെ വിട്ടു.

എന്നാൽ ലക്ഷ്മണൻ വിവേകമാണ്. വിവേകത്തെ വിടു മ്പോൾ ഈശ്വരനിൽനിന്നും

നാം അകന്നുപോകുന്നു എന്ന തത്ത്വം രാമായണ കഥയിൽ ക്കൂടി നമുക്ക് മനസ്സിലാക്കാൻ കഴിയും.

അടുത്തത് നാക്കിന്റെ ഉപയോഗമാണ്. നമ്മുടെ ജീവിത ത്തിൽ പറയാവുന്നതും പറയാൻ പാടില്ലാത്തതുമായ ഒട്ടനവധി കാര്യങ്ങളുണ്ട്. നമ്മുടെ നാവ് നമുക്കു ശത്രുക്കളെയും മിത്രങ്ങ ളെയും ഉണ്ടാക്കിതരുന്നു. നാം ആഗ്രഹിക്കുന്ന വിധത്തിൽ നാവു വളഞ്ഞു തരും. അതു കൊണ്ട് പറയുംമുമ്പ് ചിന്തിക്കുക. ആവശ്യ ത്തിനു മാത്രം സംസാരിക്കുക. എന്ത്, എങ്ങിനെ, എപ്പോൾ പറയ ണമെന്ന് അനുഭവജ്ഞാനത്തിലൂടെ തീരുമാനിക്കുക.

ഒന്ന് മനസ്സിലാക്കുക. വാക്കുകൾ വജ്രായുധമാണ്. തെറ്റായ വാർത്തകൾ, അസത്യങ്ങൾ ഒന്നും പ്രചരിപ്പിക്കാതിരിക്കുക

'കാരാഗ്രേ വസതേ ലക്ഷ്മി" എന്ന് പറയും പോലെ 'ജിഹ്വാ

ഗ്രേ ശത്രുബാന്ധവാ' എന്നും ഋഷിമാർ പറഞ്ഞിട്ടുണ്ട്. 'ജിഹ്വാഗ്രേ മധുമത്തമ'. അതായത് നാവിൻ തേനായിരിക്കട്ടെ. അതുകൊണ്ടാകാം ജനിക്കുന്ന കുട്ടിക്ക് ആദ്യം തേൻ കൊടുക്കാൻ പറയുന്നത്.

പക്ഷെ ഇന്ന് ആ നാവുകൊണ്ടുതന്നെ നാം അച്ഛനെ " കിളവാ " എന്നും അമ്മയെ " തള്ളേ " എന്നു വിളിക്കുന്നു. ഗുരുക്കന്മാരെയും പ്രായംചെന്നവരെയുമെല്ലാം നിന്ദിക്കുന്നു.

അധർമ്മത്തോട് നിശ്ശബ്ദമായും നല്ല വാക്കുകളിലൂടെയും പ്രതികരിക്കാം. അധർമ്മിയായാൽപോലും എതിരാളിയോടു ബഹുമാനത്തോടെ സംസാരിക്കാൻ പഠിക്കണം. ജീവിതാനുഭവങ്ങൾ നമ്മെ പഠിപ്പിച്ച പാഠങ്ങൾ,മൂല്യബോധമുള്ള സംഭവങ്ങൾ,കഥകൾ, ആസ്വാദനങ്ങൾ, നന്മയുടെ സന്ദേശങ്ങൾ ഒക്കെ അന്യരിലേക്കു പകരുന്നതിനും ഈശ്വരനാമങ്ങൾ ഉരുവിടുന്നതിനും നാവ് ഫലപ്രദമായി ഉപയോഗിക്കുക. സംഭാഷണമാണ് ഏറ്റവും നല്ല ആശയവിനിമയമാദ്ധ്യമം എന്ന് അറിഞ്ഞുകൊണ്ട്,നാവിനെ വളരെ സൂക്ഷിച്ച് ഉപയോഗിക്കുക.

പഞ്ചേന്ദ്രിയങ്ങളുടെ നിർദ്ദേശങ്ങൾ സ്വീകരിച്ച് ശരീരത്തെ നിയന്ത്രിക്കുന്ന മനസ്സിനെ നാം മനസ്സിലാക്കുക.

ഒന്ന് മനസ്സിലാക്കൂ! ഈ ലോകത്ത് ഒന്നും സ്ഥിരമല്ല. ഒരു നാൾ എല്ലാം ഉപേക്ഷിച്ച് പോകേണ്ടവരാണ് നാം എല്ലാവരും. ഓരോ ഹൃദയസ്പന്ദനവും നമ്മെ ശ്മശാനത്തിലേക്കടുപ്പിക്കുന്നു എന്ന സത്യം മറക്കരുത്. മാനുഷിബന്ധങ്ങൾക്കും വികാരവിചാരങ്ങൾക്കും മാറ്റമുണ്ടാകണം. വിജയവും പരാജയവും നിറഞ്ഞതാണ് ജീവിതം. ദു:ഖം തരരുതേ എന്ന് പ്രാർത്ഥിക്കാതെ ദു:ഖത്തെ നേരിടാനുള്ള ശക്തി തരണേ എന്ന് പ്രാർത്ഥിക്കുക.

ഒന്ന് മനസ്സിലാക്കുക

ചെവി, കണ്ണ്, നാവ്, മനസ്സ് ഇവയൊക്കെതന്നെയാണ് നമ്മുടെ ജീവിത മൂല്യങ്ങളുടെ അടിത്തറ.

27

# ജീവിതം - ഒരു അവസാനിക്കാത്ത അധ്യയനം

'വിദ്യാലയങ്ങളിൽ നിന്നും പഠിക്കുന്നത് വിദ്യയല്ല. വിദ്യ ആർജ്ജിക്കുന്നതിനുള്ള രീതികളാണ്'

**-Emerson Hogg**

ബിരുദങ്ങൾ നേടുന്നതോടെ വിദ്യാഭ്യാസം അവസാനിക്കുന്നു എന്നൊരു തെറ്റായ ധാരണ പല വിദ്യാർത്ഥികളിലും കാണുന്നു ണ്ട്. അവരോട് എനിക്ക് പറയാനു ള്ളത് നമ്മുടെ അവസാന ശ്വാസം നിലയ്ക്കും വരെ വിദ്യാഭ്യാസം അവസാനിക്കുന്നില്ല എന്നാണ്. മറ്റൊരുവിധത്തിൽ പറഞ്ഞാൽ ജീവിതം അവസാനിക്കാത്ത അധ്യയനമാണ്.

ഉന്നത നിലവാരം പുലർത്തുന്ന സ്കൂളുകൾ നമ്മെ ഒരുക്കിയെടു ക്കുന്ന കളരികൾ മാത്രമാണ്. വിജ്ഞാന ഗോപുരങ്ങൾ പടുത്തു ഉയത്താനുള്ള അസ്തിവാരമിടാൻ നമ്മളെ സഹായിക്കുക മാത്രമാണ് വിദ്യാലയങ്ങളുടെ ധർമ്മം. ഒരു ബിരുദ സർട്ടിഫിക്കറ്റ് ജീവിതത്തിലേക്കുള്ള പാസ്പോർട്ടാണെന്നതിൽ സംശയമില്ല. പക്ഷേ അത് നേടിയെന്നതുകൊണ്ട് ജീവിതം ആരംഭിക്കാനുള്ള ഒരുക്കം പൂർത്തിയായി എന്ന് കരുതാനാവില്ല. നമ്മൾ ലാർവാവസ്ഥ കഴിഞ്ഞ് പറക്ക മുറ്റിയാലും സഹജീവികളുമായി തോളോടുതോളുരുമ്മുമ്പോൾ നമുക്ക് പരിക്കുകൾ പറ്റും; വേദനിക്കും.

വിദ്യാഭ്യാസം കഴിഞ്ഞ് വിദ്യാലയത്തിൽ നിന്നും പുറത്തു വരുമ്പോൾ, വിദ്യാഭ്യാസത്തിലെ ഒരു നിർണ്ണായകഘടകം നമ്മൾ പഠിച്ചിട്ടില്ല എന്നും ജീവിത വിജയത്തിന് അത് അനിവാര്യമായതാണെന്നും നമ്മൾ മനസ്സിലാക്കുന്നു. ആ നഷ്ടപ്പെട്ട ഘടകത്തെ പൊതു

ജനസമ്പർക്കരീതിയെന്നോ സഹജീവികളുമായിട്ടുള്ള ഇടപടൽരീതിയെന്നൊ വിശേഷിപ്പിക്കാം.

പല വ്യവസായ - വാണിജ്യ സ്ഥാപനങ്ങൾക്കും പൊതുജന സമ്പർക്കം ഉദ്ദേശിച്ച് രൂപീകരിച്ചിരിക്കുന്ന പ്രത്യേക വകുപ്പുകൾ തന്നെയുണ്ട് എന്നത് ഈ പ്രക്രിയയ്ക്ക് വിവിധ ജീവിതതലങ്ങളിലുള്ള പ്രാധാന്യത്തെ സൂചിപ്പിക്കുന്നു. സ്ഥാപനത്തെക്കുറിച്ച് പൊതുജനങ്ങളുടെ മനസ്സിൽ കഴിയുന്നത്ര ഒരു നല്ല പ്രതിച്ഛായ ഉണ്ടാക്കുക എന്നതാണ് പൊതുജനസമ്പർക്ക വകുപ്പുകളുടെ ധർമ്മം. ഉദാഹരണത്തിന് സോപ്പ്, ടൂത്ത് പേസ്റ്റ് തുടങ്ങിയ ഏതെങ്കിലും ഒരു ഉത്പ്പന്നത്തെ കുറിച്ച് കേൾക്കുമ്പോൾ എന്തു ചിത്രമാണ് ശ്രോതാവിന്റെ മനസ്സിൽ പെട്ടന്നുണ്ടാകുക? നല്ലതോ ചീത്തയോ? അത് നിശ്ചയിക്കലാണ് പൊതുജന സമ്പർക്കരീതി കൊണ്ട് ഉദ്ദേശിക്കുന്നത്.

ഏതൊരു പൊതുജനസമ്പർക്ക വകുപ്പും അവർ പ്രതിനിധീകരി ക്കുന്ന ഉത്പന്നത്തെ കുറിച്ച് പൊതുജന മനസ്സിൽ എത്രയും നല്ല പ്രതിച്ഛായ ഉണ്ടാക്കിയെടുക്കാൻ പ്രയത്നിക്കുന്നതുപോലെ നമ്മളും നമ്മളെ കുറിച്ച് ഒരു നല്ല പ്രതിച്ഛായ പൊതുജനമനസ്സിൽ ഉണ്ടാക്കിയെടുക്കാൻ പരിശ്രമി ക്കണം.

പക്ഷേ ജീവസന്ധാരണത്തിന് നമ്മൾ ചെയ്യുന്ന തൊഴിലിനു പുറമെ,നമ്മുടെ സ്വന്തം പൊതുജനസമ്പർക്കജോലിയും നമ്മൾ തന്നെ ചെയ്യേണ്ടിവരുന്നു എന്നൊരു പരിമിതി നമുക്കുണ്ട്.

നമ്മുടെ പരുപരുത്ത വശങ്ങളെ മിനുസപ്പെടുത്തിയെടുക്കുക എന്നതാണ് വിപുലമായ ഒരു സാമൂഹ്യ അംഗീകാരം നേടുന്നതിന് ആദ്യമായി നമ്മൾ ചെയ്യേണ്ടത്. മനുഷ്യപ്രകൃതിയുടെ സങ്കീർണ്ണതകളെ കുറിച്ച് ഏറെ അറിയാനുള്ള പ്രായമോ പക്വതയോ ഒരു സാധാരണ ഹൈസ്കൂൾ വിദ്യാർത്ഥിക്ക് ഉണ്ടാകണമെന്നില്ല. എന്നാൽ ആൾക്കൂട്ടത്തിൽ നിന്നും ഏല്ക്കാവുന്ന കുത്തുകളിൽ നിന്നും ചവിട്ടുകളിൽ നിന്നും രക്ഷനേടാൻ മനുഷ്യപ്രകൃതിയെ ക്കുറിച്ചുള്ള ശരിയായ ജ്ഞാനം അത്യാവശ്യമാണുതാനും. പുറംമോടി, പെരുമാറ്റം എന്നിവയെക്കുറിച്ചൊക്കെ പ്രായമായവർ കുട്ടികളേക്കാൾ ബോധവാന്മാരാണ്.

സാധാരണ സ്ക്കൂൾ വിദ്യാഭ്യാസം കഴിഞ്ഞാൽ നമ്മൾ ക്രമേണ വികസിപ്പിച്ചെടുക്കേണ്ട ഒരു ഗുണം വിവേകമാണ്. ഏത് നല്ലത് ഏത് മോശം എന്ന് നമ്മളെ ബോദ്ധ്യപ്പെടുത്തുന്നത് ഈ ഗുണമാണ്. വിവേകം അഥവാ ഔചിത്യബോധം വികസിപ്പിച്ചെടു

ക്കാൻ നമ്മളെ ആരും പഠിപ്പിക്കുന്നില്ല. പിശീലനം കൊണ്ട് നമ്മൾ സ്വയം പഠിച്ചെടു ക്കണം.

സാധാരണ രീതിയിലുള്ള സ്കൂൾ വിദ്യാഭ്യാസത്തിന് ശേഷം ആത്മ ധൈര്യവും ആത്മവിശ്വാസവും നേടിയെടുക്കുന്നതിനുള്ള രീതികൾ പഠിപ്പിക്കുന്ന ഒരു വിദ്യാഭ്യാസഘട്ടം കൂടിയുണ്ടെങ്കിൽ അത് ഉത്തമമായിരിക്കും.

പക്ഷേ, എനിക്കെല്ലാം അറിയാം ഇനി ഒന്നും അറിയേണ്ടതില്ല എന്ന തോന്നൽ ദൗർഭാഗ്യകരമാണ്. എല്ലാം വീണ്ടും പഠിക്കേണ്ട തുണ്ട് എന്ന ബോദ്ധ്യമാണ് നമുക്കുണ്ടാകേണ്ടത്. അതു തന്നെ യാണ് കൃത്യമായ തുടക്കവും.

നമ്മുടെ മോശമായ വശങ്ങൾ എങ്ങിനെ ശരിയാക്കിയെടു ക്കാ മെന്ന് പാഠപുസ്തകങ്ങളിൽ നിന്ന് പഠിക്കാനാവില്ല. അനുഭ വങ്ങൾ മാത്രമാണ് അത് പഠിപ്പിക്കുന്ന കർക്കശ പാഠശാല. കടൽ ത്തീരത്തുള്ള കഠിന ശിലാഖണ്ഡങ്ങൾ തിരമാലകളുടെ നിരന്തര മായ താഡനമേറ്റ് ഉരുണ്ടു മിനുസപ്പെടുന്നതുപോലെ അനുഭവങ്ങ ളുടെ താഡനമേറ്റ് നമ്മുടെ പരുപരുപ്പും മിനുസപ്പെടുത്തണം.

28

# ശരിയായ ആസൂത്രണത്തിന്റെ പ്രസക്തി

ഒരു ജന്മം മാത്രമേ ഉള്ളൂ എന്നതുകൊണ്ടും അത് വളരെ ഹ്രസ്വമാണ് എന്നതുകൊണ്ടും കർമ്മമണ്ഡലത്തിൽ പരമാവധി വിജയം നേടണം എന്ന് നമ്മൾ ചിന്തിക്കുന്നത് തികച്ചും സ്വാഭാവികമാണ്. പക്ഷെ നിർഭാഗ്യമെന്നു പറയട്ടെ ജീവിതം മൊത്തം ഒരു നീണ്ട കളിയാണെന്ന മട്ടിൽ ഭാഗ്യപരീക്ഷണങ്ങൾ നടത്തുകയാണ് പലരും ചെയ്യാറുള്ളത്. സ്കൂൾ വിദ്യാഭ്യാസത്തിനുശേഷം ജോലി സാദ്ധ്യതകളെക്കുറിച്ചൊന്നും മുൻകൂട്ടി ധാരണയില്ലാതെ യൂണിവേഴ്സിറ്റികളിൽ പഠിക്കാൻ ചേരുന്നു. വിഷയങ്ങളിലെ അഭിരുചി നോക്കാതെയും പഠിക്കാൻ പോകുന്ന വിഷയത്തെക്കുറിച്ച് ശരിയായി മനസ്സിലാക്കാതെയും ലഭിക്കുന്ന ഡിഗ്രിക്ക് ചേരുകയും അതുവഴി വിലയേറിയ സമയവും മാതാപിതാക്കളുടെ ധനവും ദുർവ്യയം ചെയ്യുകയും ചെയ്യുന്നു.

പിന്നീട് തങ്ങളുടെ അഭിരുചി ഏത് കാര്യത്തിലാണെന്ന് വ്യക്തമായ ധാരണയില്ലാതെ പലരും ആദ്യം ലഭിക്കുന്ന തൊഴിൽ രംഗത്തേക്ക് പ്രവേശിക്കുന്നു. പിന്നെ മറ്റൊന്ന് സ്വീകരിക്കുന്നു. വീണ്ടും അടുത്ത രംഗത്തേക്ക് പ്രവേശിക്കുന്നു. ഒടുവിൽ ഒന്നിലും കാര്യമായ പുരോഗതി ലഭിക്കാതെ നിരാശരാകുന്നു.

നാം ആദ്യം ചിന്തിക്കേണ്ടത് നമ്മുടെ ജീവിതോദ്ദേശം എന്താണെന്നുള്ളതാണ്. നമുക്ക് അഭിരുചി ഇല്ലാത്തതും നമ്മുടെ ആജീവനാന്ത താത്പര്യങ്ങൾക്കു തകാത്തതുമായ തൊഴിലുകൾ ചെയ്ത് വൻശമ്പളം കൈപ്പറ്റുന്നതു മാത്രമാണോ നമ്മുടെ ലക്ഷ്യം? ഇനി അഥവാ നമ്മുടെ താല്പര്യങ്ങൾക്കും അഭിരുചിക്കും ഇണങ്ങുന്ന ഒരു തൊഴിൽതന്നെ തിരഞ്ഞെടുത്താലും മത്സരത്തി

നുള്ള അവസരം, സാമ്പത്തികവും അല്ലാത്തതുമായ പുരോഗതിക്കുള്ള സാദ്ധ്യത, തൊഴിൽരംഗത്തുളവാകുന്ന വിഘ്നങ്ങൾ സഹിക്കാൻ നമുക്കുള്ള കരുത്ത് തുടങ്ങി അനവധി ഘടകങ്ങൾ കണക്കിലെടുക്കണം.

ഇതിനൊക്കെ ഉപരിയായി, ഏതു തരത്തിലുള്ള പുരോഗതിയാണ് നമുക്ക് ഇണങ്ങുന്നതെന്ന് തീരുമാനിക്കണം. അത് തിരശ്ചീനമോലംബമോ എന്ന് ആദ്യം ചിന്തിക്കുക. തിരശ്ചീനമായ പുരോഗതി വളരെ വിശാലമായ മേഖലയിൽ സ്വാധീനം നേടിത്തരും.

പക്ഷേ, അതുകൊണ്ട് ഉദ്യോഗസ്ഥ ശ്രേണിയിൽ നമുക്ക് ഉയർച്ച ഉണ്ടാകണമെന്നില്ല. ഉദാഹരണമായി ഒരു പത്രപ്രവർത്തകന് ഒരു പത്രത്തിലും പിന്നീട് മാസികയിലും അതിനുശേഷം ഒരു വാർത്താ ഏജൻസിയിലും ജോലിചെയ്ത് വേണ്ടത്ര പരിശീലനവും തൊഴിൽ സ്വാധീനവും നേടാൻ കഴിയും. പക്ഷെ, ഇതിലൊന്നിന്റെയും തലപ്പത്ത് അയാൾ എത്തണമെന്നില്ല.

ഇനി മറ്റൊരു പ്രധാന കാര്യം വിവാഹം കഴിക്കേണ്ട ഘട്ടം ഏതെന്ന് തീരുമാനിക്കുക എന്നതാണ്. വളരെ നേരത്തേയുള്ള വിവാഹം ചിലപ്പോൾ നമ്മുടെ തൊഴിൽ രംഗത്തെ പുരോഗതിയെ തടസ്സപ്പെടുത്തിയേക്കാം. എന്നാൽ ചിലപ്പോഴൊക്കെ മറിച്ചും സംഭവിക്കാം. അതായത് വിജയകരമായ ഒരു ദാമ്പത്യബന്ധം ജീവിത പുരോഗതിയെ ത്വരിതപ്പെടുത്തുന്ന ഒരു ഘടകമായും വന്നേക്കാം.

നമ്മുടെ ജീവിത പുരോഗതിയുടെ രൂപരേഖ ശ്രദ്ധയോടെയും ഭദ്രതയോടെയും ഭാവനയോടെയും വരച്ചെടുക്കുന്നതിനുള്ള കഴിവിനോടൊപ്പംതന്നെ പെട്ടെന്നുള്ള പ്രചോദനത്തിന്റെ ആവേശത്തിൽ വലിയ സംരംഭങ്ങളിലേക്ക് എടുത്തു ചാടാതിരിക്കുന്നതിനുള്ള വിവേകവും ആവശ്യമാണ്. അല്ലാത്തപക്ഷം മാനഹാനിയും ധനനഷ്ടവുമായിരിക്കും അനന്തരഫലം.

## 29

# നമ്മളെ ഒറ്റപ്പെടുത്തുകയല്ല നാം സ്വയം ഒറ്റപ്പെടുകയാണ്

എല്ലാം ഒറ്റയ്ക്കു ചെയ്യാൻ ശീലിക്കുകയാണു നമ്മൾ. ആരെയും ബുദ്ധിമുട്ടിക്കാൻ നമുക്കിഷ്ടമില്ലാതായിരിക്കുന്നു.

ആരെയെങ്കിലും എന്തിനു വേണ്ടിയായാലും ആശ്രയിക്കുന്നത് ഏറ്റവും അവസാനത്തേതും അറ്റകൈ പ്രയോഗവുമായി മാറിയിരിക്കുന്നു.

മറ്റൊരാളുടെ മുന്നിൽ ഒരാവശ്യവുമായി പോകേണ്ട അവസ്ഥ ഒഴിവാക്കുവാനായി രാപ്പകൽ നമ്മൾ അധ്വാനിക്കുകയാണ്.

മറ്റൊരാളോടു ലിഫ്റ്റ് ചോദിക്കാൻ മടിച്ച് എങ്ങിനെയെങ്കിലും ഒരു ചെറിയ കാറെങ്കിലും സ്വന്തമാക്കാനുള്ള പാച്ചിലിലാണ്.

സ്വന്തം മക്കളെ ആശ്രയിച്ചൊരു വാർദ്ധക്യം കിനാവു കാണാൻ ധൈര്യമില്ലാത്ത മാതാപിതാക്കൾ കരുതൽ ശേഖരം ഡെപ്പോസിറ്റ് ചെയ്യുകയാണ്.

അച്ഛനോടും അമ്മയോടും പണം ചോദിക്കാൻ മടിയുള്ള മക്കൾ അതാർക്കും കൊടുക്കാതെ ശേഖരിച്ചു വെക്കുകയാണ്.

ഒരാപത്തു വന്നാൽ ഭാര്യ പോലും തള്ളിപ്പറയുമെന്ന ബോധ്യത്താൽ ഭർത്താക്കൻമാർ മറ്റൊരക്കൗണ്ടിൽ മറ്റാരുമറിയാതെ പണം നിക്ഷേപിക്കുകയാണ്.

പെരുവഴിയിലിറങ്ങേണ്ടി വന്നാലൊ എന്ന് ചിന്തിച്ച് പറഞ്ഞു കിട്ടിയ സ്ത്രീധനവും തട്ടിപ്പറിച്ച് കിട്ടിയ കുടുംബ സ്വത്തും മുറുകെപ്പിടിച്ചു മരിച്ചു പോവുകയാണ് ഭാര്യമാർ.

താഴ്ന്നു പോകാതിരിക്കാൻ ഉയർന്നു പറക്കുകയാണു പ്രവാസികൾ. കുട്ടികൾക്കുള്ള ഭക്ഷണം ഉണ്ടാക്കി മേശമേൽ മൂടി വെച്ചു പായുകയാണ് അമ്മമാർ.

ദമ്പതികളുടെ കണ്ടു മുട്ടലുകൾ ഒഴിവു ദിനങ്ങളിലേയ്ക്ക് ഷിഫ്റ്റ് ചെയ്തിരിക്കുന്നു.

ആയമാരും ഹോം നഴ്സുമാരും കൂട്ടിരിപ്പുകാരും വൃദ്ധസദനങ്ങളും പരസഹായം ചോദിക്കാനുള്ള നമ്മുടെ വിമുഖതയുടെ സന്തതികളാണ്.

മറ്റാരും കാണാനില്ലാത്തപ്പോൾ കറി കൂട്ടാതെ ദോശ തിന്നാൻ ശീലിച്ചതും സ്വാശ്രയത്തെ മുന്നിൽ കണ്ടാണ്.

അങ്ങിനെ എല്ലാവരും സ്വാശ്രയരാവുകയാണ്. നാളെയെക്കുറിച്ചു ചിന്തിച്ച് ഭയചകിതരായി പായുകയാണ്.

കൈ നീട്ടലുകളെ, സഹതാപ നോട്ടങ്ങളെ, തിരസ്കാരങ്ങളെ തുരത്താനുള്ള അതിഭീകര യുദ്ധത്തിലാണ്.

അങ്ങിനെ സ്വന്തം കാലിൽ നിൽക്കാനായി താങ്ങാനാവുന്നതിലും ഭാരം തലയിലേറ്റുകയാണ് മനുഷ്യർ. ഒറ്റപ്പെടൽ സ്വയം ഏറ്റുവാങ്ങുകയാണ്.

സഹായിക്കാനുള്ള പ്രകൃതിയുടെ, തനിക്കു പരിചയമുള്ളവരുടെ അഭിവാഞ്ചയെ അവിശ്വസിക്കുകയാണ്. വീണു പോയാൽ കൈപിടിക്കാൻ ആരുമുണ്ടാവില്ല എന്നു നിരന്തരം ഉരുവിടുകയാണ്.

അവനും അവളും പൊട്ടിച്ചിരിക്കുന്നതും പൊട്ടിക്കരയുന്നതും ഇപ്പോൾ ഒറ്റയ്ക്കാണ്. കൂട്ടായിച്ചിരിക്കാൻ, മറ്റൊരു തോളിൽ മുഖമമർത്തിക്കരയാൻ മറ്റൊരാളെ ബുദ്ധിമുട്ടിക്കുന്നതും ഇഷ്ടമില്ല.

സ്വപ്നം കണ്ടുറങ്ങാൻ നാളത്തെ അസൈൻമെന്റുകളും ലോൺ എടുത്തുണ്ടാക്കിയ സമ്പാദ്യങ്ങളും അവരെ അനുവദിക്കുന്നില്ല. ജീവിത പാച്ചിലിൽ നമ്മളെപ്പോലെ മറ്റുള്ളവരും തിരക്കിലായതിനാൽ ഒന്നിച്ചിരിക്കാൻ മറ്റുള്ളവർക്കും നേരമില്ല.

എല്ലാവരും നാളെയെക്കുറിച്ചുള്ള ചിന്തയിൽ തിരക്കിലാണ്. കുട്ടികളെ നന്നായിപ്പഠിക്കുന്നതു പോലും നാളെ അവർ സ്വാശ്രയരാവണമെന്ന ആഗ്രഹം മൂലമാണ്.

ഹൃദയങ്ങൾ തമ്മിൽ ചേരില്ലെങ്കിലും സംഘടനകളിൽ, ഓൺലൈൻ കൂട്ടായ്മകളിൽ, പോയിരിക്കാൻ അവർ വെമ്പുന്നത് കുറച്ചു മുഖങ്ങളെ ഒന്നിച്ചു കാണാൻ ആശ മൂത്തിട്ടാണ്.

വല്ലപ്പോഴും ഒന്നിച്ചു കുറച്ചു ബഹളങ്ങൾ കേൾക്കാൻ ആഗ്രഹിച്ചിട്ടാണ്.

തല്ലു കൂടുന്നതു പോലും മറ്റൊരാളോടൊപ്പം കുറച്ചു നേരം ഒന്നിച്ചു ചിലവഴിക്കാൻ വേണ്ടിയാണ്.

ഒറ്റപ്പെടലെന്ന പ്രതിഭാസം നമ്മളെല്ലാവരും ചേർന്ന് പരിപാലിച്ചുണ്ടാക്കിയ സുന്ദരമായ സ്വാശ്രയമോഹത്തിന്റെ അതിസുന്ദരിയായ കുഞ്ഞാണ്.

അതു തുറന്നു പറയുമ്പോൾ പരിഹാരമെന്തെന്ന മറുചോദ്യത്തിന് നാം ഉത്തരം കണ്ടെത്തേണ്ടതാണ്.

30

# ഫലപ്രദമായ ആശയ വിനിമയ ത്തിന്റെ പ്രസക്തി

വ്യക്തിബന്ധങ്ങൾ സൃഷ്ടിക്കാ നും നിലനിർത്താനും ഫലപ്രദമായ ആശയവിനിമത്തിലൂടെ സാധിക്കുമെന്ന കാര്യം പലപ്പോഴും മനുഷ്യർ മറക്കുകയാണ് പതിവ്. ഇന്ത്യയിൽ കത്തിടപാടുകൾ വാണിജ്യ തലത്തിലോ സർക്കാർ തലത്തിലോ മറ്റു ഏതു മേഘലയിലേതോ, ആകട്ടെ തികച്ചും മനുഷ്യത്വരഹിതമായ വിധത്തിലാണ് കൈകാര്യം ചെയ്യുന്നത്. കത്തുകൾ കണ്ടാൽ ഒരു യന്ത്ര മനുഷ്യൻ മറ്റൊരു യന്ത്രമനുഷ്യന് എഴുതുന്നതായിട്ടേ തോന്നുകയുള്ളൂ.

ബ്രിട്ടീഷ് ഭരണകാലത്ത് ഒരു സർക്കാർ കത്ത് 'സർ' 'ഞാൻ ഉപചാരത്തോടെ അറിയിക്കുന്നതെന്തന്നാൽ' എന്ന പഴഞ്ചൻ രീതിയിൽ തുടങ്ങുകയും, 'താങ്കളുടെ വിനീതവിധേയദാസൻ' എന്ന അസംബന്ധരീതിയിൽ അവസാനിപ്പിക്കുകയുമാണ് ചെയ്തിരുന്നത്. എന്നാൽ ഭാഗ്യവശാൽ സ്വതന്ത്രഭാരത സർക്കാർ ഈ പുരാതനവും കപടവുമായ കത്തിടപാടുരീതി പാടെ ഉപേക്ഷിച്ചു.

എന്നാൽ ഉത്സാഹത്തിലും കഴിവിലും സർക്കാരിനെക്കാൾ മുൻപിലാണ് തങ്ങൾ എന്ന് സ്വയം അവകാശപ്പെടുന്ന നമ്മുടെ വാണിജ്യസ്ഥാപനങ്ങളാകട്ടെ അവരുടെ കത്തിടപാടുകളിൽ ഇപ്പോഴും കാലഹരണപ്പെട്ട വാക്യങ്ങളും ശൈലികളും ഇപ്പോഴും ഉപയോഗിക്കുന്നതായി കാണാൻ കഴിയും. " വാണിജ്യ ഭാഷ" എന്ന പേരിലുള്ള വ്യത്യസ്തമായ ഒരു ജനുസ്സിൽപ്പെട്ട ഒരു തരം ഭാഷ പിറക്കാൻതക്കവണ്ണം വാണിജ്യവത്കരണം ഇവിടെ ആധിപത്യം ഉറപ്പിച്ചിരിക്കുന്നു. " വാണിജ്യക്കത്തുകൾ എങ്ങിനെ എഴുതാം" "വാണിജ്യ കത്തുകൾക്ക് ചില മാതൃകകൾ " തുടങ്ങി സമാനമായ പേ

രുകളുള്ള ധാരാളം പുസ്തകങ്ങളും ഈ വിഷയത്തിൽ ലഭ്യവുമാണ്. ആ പുസ്തകം വായിച്ച് പലരും ഈ വിധത്തിലുള്ള വൈവിധ്യശൂന്യമായ, ശൈലികളിൽ ഇപ്പോഴും വാണിജ്യ കത്തുകൾ എഴുതുന്നത് കാണാൻ കഴിയും.

കത്തുകൾക്കും സംഭാഷണത്തിനും തുല്യ പ്രാധാന്യമാണുള്ളതെന്ന കാര്യം ആളുകൾ മറക്കുന്നു. വാണിജ്യ സ്ഥാപനങ്ങളിലെ കത്തെഴുത്തുകാർ ഉപയോഗിക്കുന്ന അതേ ശൈലിയിൽ തന്നെ ഒരാൾ മറ്റൊരാളോട് സംസാരിക്കുമ്പോഴും ഉപയോഗിക്കുന്ന തമാശ രംഗങ്ങളും നമുക്ക് കാണാൻ കഴിയും. ശരിയായ വ്യക്തി ബന്ധങ്ങളും സൗഹൃദങ്ങളും വളർത്തിയെടുക്കുവാൻ ഫലപ്രദമായ ആശയ വിനിമയത്തിന്റെ പ്രാധാന്യം വളരെ എറെയാണ്.

ഈ സന്ദർഭത്തിൽ എന്റെ ഒരു സുഹൃത്തിന്റെ അനുഭവം ഞാൻ ഇവിടെ വിവരിക്കാം.

ഒരു സ്വതന്ത്ര പത്രപ്രവർത്തകൻ എന്ന നിലയിൽ എന്റെ ഒരു സുഹൃത്ത് ചില ചെറിയ മാസികകൾ എഡിറ്റ് ചെയ്യുകയും പ്രസിദ്ധീകരിക്കുകയും ചെയ്തിരുന്നു. അദ്ദേഹത്തിന്റെ സ്ഥാപനത്തിൽ ജോലിക്കാരുടെ എണ്ണം വളരെ പരിമിതമായിരുന്നതിനാൽ, സ്ഥാപനത്തിലെ പ്രധാനപ്പെട്ട കത്തുകൾ പലതും പ്രത്യകിച്ച് കുടിശ്ശികകളെ സംബന്ധിച്ചുള്ളവ അദ്ദേഹം സ്വയമാണ് തയ്യാറാക്കിയിരുന്നത്. അതിനായി ബന്ധപ്പെട്ട കക്ഷികളെ സംബന്ധിച്ചുള്ള കഴിയുന്നത്ര വിവരങ്ങളും അതു സംബന്ധമായി നേരത്തെ അയച്ചിട്ടുള്ള കത്തുകളുടെ വിവരങ്ങളും അദ്ദേഹത്തിന് അറിയാമായിരുന്നു. എന്നാൽ നിർഭാഗ്യമെന്ന് പറയട്ടെ! കക്ഷികളുടെ ആരുടെ പേരും അദ്ദേഹത്തിന് അറിയില്ലായിരുന്നു. കുടിശ്ശികകിട്ടേണ്ട ഒരു സ്ഥാപനത്തിലേയ്ക്ക് അദ്ദേഹം കത്തയക്കുമ്പോൾ മാനേജരുടെ പേര് എഴുതാതെ തികച്ചും ഔദ്യോഗികരീതിയിലാണ് കത്തുകൾ അയച്ചിരുന്നത്. ആ കത്തുകളെല്ലാം ആ സ്ഥാപനത്തിലെ മാനേജരുടെ അസിസ്റ്റന്റ് ആണ് കൈപറ്റിയിരുന്നത്. ആ കത്തിന് ആ അസിസ്റ്റൻന്റ് പ്രാധാന്യം കൊടുക്കാത്തതു കാരണം അത് അതിനോട് ബന്ധപ്പെട്ട ഡിപ്പാർട്ടുമെൻഡിലേക്ക് അയക്കുകയല്ലതെ കത്ത് വന്ന വിവരം മാനേജരെ ധരിപ്പിച്ചിരുന്നില്ല. അത് കുറെ മാസങ്ങളോളം അവരുടെ മേശയുടെ മുകളിൽ കിടക്കുകയും സുഹൃത്തിന് പണം ലഭിക്കാൻ കാലതാമസം വരുകയും ചെയ്തു.

ഇത്തരം ജീവനില്ലാത്ത കാലഹരണപ്പെട്ട വിക്ടോറിയൻ ശൈ

ലിയിലുള്ള കത്തുകൾ രാജത്തെ വ്യവസായങ്ങളുടെ, പ്രത്യേകിച്ചും ആയിരക്കണക്കിനുള്ള ചെറുകിട വ്യവസായങ്ങളുടെ, വളർച്ച മന്ദീഭവിപ്പിക്കുന്നതിന് കാരണമായിട്ടുണ്ട്.

നമ്മൾ സംസാരിക്കുകയോ എഴുതുകയോ ചെയ്യുമ്പോൾ, ആ വ്യക്തിയുടെ പേര് അറിഞ്ഞിരിക്കുന്നതിനൊപ്പം അവരുടെ പേരിന്റെ സ്പെല്ലിങ്ങും, ഇനീഷ്യലും ഉച്ചാരണരീതിയും കൂടി അറിഞ്ഞിരുന്നാൽ കൂടുതൽ മെച്ചപ്പെട്ട രീതിയിൽ ആശയ വിനിമയം നടത്താൻ സാധിക്കും.

കത്തുകളെ സംബന്ധിക്കുന്ന മറ്റൊരു ദോഷം പൂർണ്ണമായ ഒരു മറുപടി കിട്ടാതിരിക്കുക എന്നതാണ്. പ്രേഷിതന് (കത്തെഴുതിയ ആൾ) ആവശ്യമായ എല്ലാ വിവരങ്ങളും അല്ലെങ്കിൽ എല്ലാ ഉത്തരങ്ങളും പലപ്പോഴും വ്യക്തവും പൂർണ്ണവുമായി ലഭിക്കാറില്ല. അതുകൊണ്ട് അയാൾ ഒരേ കാര്യത്തിനായി പല കത്തുകൾ എഴുതുവാൻ നിർബ്ബന്ധിതനാകുന്നു. നല്ല രീതിയിലും ചിട്ടയിലും എഴുതപ്പെടുന്ന കത്തുകൾ ഏറെ മെച്ചപ്പെട്ട ഫലങ്ങൾ ഉളവാക്കുകയും ചെയ്യും. മെച്ചപ്പെട്ട ഒരു കത്ത് രൂപം കൊള്ളുന്നതിന് ഭാഷയിൽ മാത്രമല്ല കത്തെഴുതുന്ന കടലാസിന്റെ ഗുണനിലവാരം, ലറ്റർഫോണ്ട്, ടൈപ്പ് ചെയ്യുന്ന രീതി തുടങ്ങി അനവധി കാര്യങ്ങളിൽ ശ്രദ്ധ ചെലുത്തേണ്ടതായിട്ടുണ്ട്.

31

# ആർഷഭാരത സംസ്കൃതി

പുരുഷനും സ്ത്രീയും മനുഷ്യർ തന്നെ. ശാരീരിക തലത്തിലുള്ള വിത്യാസമേ ഇവർക്കിടയിലുള്ളൂ എന്ന കാര്യത്തിൽ ഒരു തർക്കവുമില്ല.

പുരുഷനുള്ള അവകാശങ്ങൾ സ്ത്രീകൾക്കും വേണം. തുല്യത വേണം ഇതൊക്കയാണല്ലൊ ഫെമിനിസ്റ്റുകളുടെ ആവശ്യം.

പാശ്ചാത്യ സംസ്കാരത്തിന്റെ അതിപ്രസരം കൊണ്ടാണ് ഒരു വിഭാഗം ഫെമിനിസ്റ്റുകൾക്ക് ഈ തരത്തിലുള്ള ചിന്താഗതി ഉണ്ടാകാൻ പ്രധാന കാരണം.

പാശ്ചാത്യസംസ്കാരത്തിൽ ഒരു സ്ത്രീയിൽ മാതൃത്വവും പുരുഷനിൽ പിതൃത്വവും കാണാൻ ബുദ്ധിമുട്ടാണ്.

മാതാവ് കാണപ്പെട്ട ദൈവമാണെന്ന് കരുതുന്ന പുത്രന്മാരേയും പുത്രികളേയും അപൂർവ്വമായി മാത്രമേ കാണാൻ കഴിയൂ.

ഞാൻ ചോദിക്കട്ടെ..

സ്ഥൂല ശരീരത്തോടു മാത്രം ചേർത്തു പറയേണ്ട പേരാണോ സ്ത്രീ എന്നത്?

സ്ത്രീത്വത്തിന്റെ ഭാവം മാതൃഭാവമാണെന്ന് ചില സഹോദരിമാർ മറന്നു പോയിരിക്കുന്നു.

ആദ്യം വേണ്ടത് നിങ്ങൾ ഒരു സ്ത്രീയായിരിക്കാൻ തീരുമാനിക്കുകയാണ്.

അതോടൊപ്പം അമ്മയുടെ മാതൃത്വത്തെ അംഗീകരിക്കുക.

മഹത്തായ പാരമ്പര്യമുള്ള ഭാരതം എന്ന ഈ പുണ്യഭൂമിയിൽ ഒരു സ്ത്രീയായി ജന്മമെടുത്തതിൽ അഭിമാനിക്കുക.

നമ്മുടെ സംസ്കാരവും പാരമ്പര്യവും സ്വജീവിതത്തിൽ പകർത്തി മാതൃകയായി ജീവിച്ച് കാണിച്ചുകൊടുക്കൂ. ലോകം നിങ്ങളെ

ബഹുമാനിക്കും. നിങ്ങളുടെ ഫെമിനിസം കാണിച്ചുകൊടുക്കേണ്ട ത് അപ്രകാരമാണ്. സ്ത്രീ എന്നുള്ളത് വിശുദ്ധയുടെ പര്യായമാണു. അത് മാതൃത്വത്തോട് ബന്ധപെട്ടിരിക്കുന്നു. നിങ്ങളെ പോലെ ഒരു വിശുദ്ധനാകാൻ ഒരു പുരുഷനും കഴിയില്ല എന്ന സത്യം നിങ്ങൾ മനസ്സിലാക്കൂ.

നിങ്ങളുടെ ആദർശങ്ങൾ നമ്മുടെ ഭാരതീയ സംസ്കാരവുമായി ബന്ധപെട്ടുള്ളതാവട്ടെ. നിങ്ങളുടെ ആദർശം ചൈതന്യമാർന്നതാണെങ്കിൽ നിങ്ങളും ചൈതന്യമാർന്നതായിതീരും. അപ്പോൾ ലോകം നിങ്ങളെ ബഹുമാനിക്കും.

ഇന്നത്തെ കാലത്ത് സ്ത്രീകൾ ജോലിക്ക് പോകാൻ താല്പര്യം കാണിക്കുന്നതിന്റെ പ്രധാന കാരണങ്ങളിൽ ഒന്ന് സാമ്പത്തിക സ്വാതന്ത്ര്യം കൈവരിക്കാനുള്ള അവരുടെ അദമ്യമായ മോഹമാണ്. സാമ്പത്തിക സ്വാതന്ത്ര്യത്തിന്റെ അഭാവം അവരെ ഗാർഹിക അടിമകളാക്കുന്നു. വിവാഹത്തോടെ ഒരു സ്ത്രീയും തന്റെ വ്യക്തി സ്വാതന്ത്ര്യം വിൽക്കുവാൻ ആഗ്രഹിക്കുന്നില്ല. വിവാഹം രണ്ടു വ്യത്യസ്ത വ്യക്തികളുടെ സംയോജനമാണ്. ഒന്ന് മറ്റൊന്നിൽ ലയിക്കുന്നില്ല. എന്നാൽ ഇപ്പോൾ നടക്കുന്നത് എന്താണെന്ന് നോക്കാം

വിവാഹം കഴിയുന്നതോടെ ഒരു സ്ത്രീക്ക് അവരുടെ പേര് പോലും നഷ്ടമാകുന്നു എന്നത് തികച്ചും അപലപനീയമാണ്. വ്യക്തി സ്വാതന്ത്ര്യം നഷ്ടപ്പെടുക എന്നത് തികച്ചും ഗുരുതരമായ അവസ്ഥയാണ്.

എന്നാൻ പല വിദേശ രാജങ്ങളിലും ( ഉദാ:- സ്പെയിൻ) വിവാഹശേഷം ഭർത്താവിന്റെ പേരിന്റെ കൂടെ ഭാര്യയുടെ പേരും കൂടി ചേർക്കപ്പെടുന്നു.

അതിലെന്താണ് തെറ്റ്?

സാമ്പത്തിക സ്വാതന്ത്ര്യം ഇല്ലങ്കിൽ ഒരു ഭാര്യക്കും വ്യക്തിത്വം സ്ഥാപിച്ചെടുക്കാനും ദാമ്പത്യം എന്ന സ്വമേധയാലുള്ള കൂട്ടുകെട്ടിൽ ഒരു സ്വതന്ത്ര പങ്കാളിയായി തുടരാനും കഴിയുകയില്ല.

നല്ല ജോലികൾ ലഭിക്കാൻ യോഗ്യതയുള്ള പല സ്ത്രീകളും കുടുംബത്തോടുള്ള സമർപ്പണമനോഭാവമുള്ളതു കൊണ്ടും കുടുംബത്തിന്റെ പൊതുനന്മയെ വിചാരിച്ചും ജോലിക്കൊന്നും ശ്രമിക്കാതെ വീടുകളിൽ തന്നെ കഴിയാൻ താൽപര്യപ്പെടാറുണ്ട്. ഒരു കുടുംബിനിയുടെ വീട്ടുജോലികൾ ഏറെ ഭാരമുള്ളതും സമയനിഷ്ട പാലിക്കേണ്ടതുമായതിനാൽ അവരുടെ ജോലിക്കും ന്യായമായ വേതനം ഉണ്ടാകേണ്ടത് സാമാന്യ നീതിയാണ്. അങ്ങനെ

വന്നാൽ സ്ത്രീകൾക്ക് നല്ല കുടുംബിനികളായി തുടരാനും കുടുംബത്തിന്റെ പുരോഗതിയിൽ മാന്യമായ പങ്ക് വഹിക്കാനും കഴിയും.

ഈ ആധുനിക കാലഘട്ടത്തിൽ വീട്ടമ്മമാർക്ക് വീട്ടിലിരുന്നു കൊണ്ടു തന്നെ എന്തെങ്കിലും കുടുംബ വ്യവസായ പദ്ധതികൾ ചെയ്ത് കുടുംബത്തിന്റെ വരുമാനം വർദ്ധിപ്പിക്കാൻ കഴിയും. മാത്രവുമല്ല അശ്രദ്ധരും മോഷണ ശീലമുള്ളവരുമായ വീട്ടുജോലിക്കാരെ ഒഴിവാക്കി കുടുംബത്തിന്റെ സുരക്ഷയും കാത്തുസൂക്ഷിക്കാം.

ഇന്ത്യയിൽ സ്ത്രീകളെ വീട്ടുജോലിക്കാരിയായും പ്രസവിക്കാനുള്ള ഒരു യന്ത്രമായും കാണുന്നു എന്നത് ഖേദകരമായ വസ്തുതയാണ്. അതിന്റെ ഫലമായി സ്ത്രീകളുടെ വ്യക്തിത്വം ഹനിക്കപ്പെടുകയും ചെയ്യുന്നു.

ഇന്നോ ഇന്നലെയോ പൊട്ടിമുളച്ചതല്ല നമ്മുടെഭാരത സംസ്കാരം. നമ്മുടെ സംസ്കാരത്തിനും പൈതൃകത്തിനും ആയിരകണക്കിനു വർഷങ്ങളുടെ പഴക്കമുണ്ട്. ലോകത്തിനുമുന്നിൽ നമുക്ക് ഇന്നും തലയുയർത്തി നിൽക്കാൻ സധിക്കുന്നത് നമുക്ക് ഈ സംസ്കാരമുള്ളതുകൊണ്ടാണ്.

ഈ സംസ്കാരത്തിന്റെ അടിസ്ഥാനം ധർമ്മമാണ്.

പുരുഷധർമ്മം, സ്ത്രീധർമ്മം, മാതൃധർമ്മം, പിതൃധർമ്മം, പുത്രധർമ്മം, രാജധർമ്മം ഇങ്ങനെ അനവധി ധർമ്മത്തിലധിഷ്ഠിതമാണ് നമ്മുടെ ചൈതന്യവത്തായ സംസ്കാരം.

ആർഷഭാരത സംസ്കൃതി അഥവാ ഭാരതീയ പൈതൃകം ഇന്നും നിലനിൽക്കുന്നതിന് പ്രധാന കാരണം നമ്മുടെ ആചാരങ്ങളും അനുഷ്ടാനങ്ങളുമാണ്.

നമ്മുടെ ആചാരങ്ങളും അനുഷ്ഠാനങ്ങളും, ധർമ്മവുമൊക്കെയാണ് ബന്ധങ്ങളെ നില നിർത്തുന്നത്. അച്ഛനും മകളും തമ്മിലുള്ള ബന്ധം, അമ്മയും മകനും തമ്മിലുള്ള ബന്ധം അതുപോലെ, കുടുംബ ബന്ധങ്ങൾ അങ്ങിനെ എല്ലാം.

ആചാരങ്ങൾ രണ്ടുവിധമുണ്ട് ധർമ്മാനുസൃതമായ ആചാരങ്ങളും ദുരാചാരങ്ങളും. ധർമ്മാനുസൃതമായ ആചാരങ്ങൾ സംരക്ഷിക്കപ്പെടുകയും ദുരാചാരങ്ങൾ നശിപ്പിക്കപെടുകയും വേണം.

ആചാര അനുഷ്ഠാനങ്ങൾ തകർക്കപെട്ടാൽ അതോടെ നമ്മുടെ സംസ്കാരത്തിന്റേയും പൈതൃകത്തിന്റേയും അടിത്തറയിളകും, ധർമ്മം നശിക്കും. അതോടെ ആയിരകണക്കിനു വർഷത്തെ പഴക്കമുള്ള നമ്മുടെ സംസ്കാരവും നശിക്കും.

32

# ഭാഷയും ആശയസംവേദനവും

മനുഷ്യനെ മറ്റു ജീവജാലങ്ങളിൽ നിന്നും വ്യത്യസ്തനാക്കുന്നത് അവന്റെ സംസാരശേഷിയാണ്. കൂടുതൽ അറിവു നേടിയവരെ അറിവ് കുറഞ്ഞവരിൽനിന്നും വ്യത്യസ്തരാക്കുന്നത് അവരുടെ പദസമ്പത്തും വാക്ചാതുരിയുമാണ്.

രണ്ടായിരത്തിയഞ്ഞൂറ് വർഷങ്ങൾക്കു മുമ്പ്തന്നെ " കൺഫ്യൂഷ്യസ് എന്ന പ്രസിദ്ധനായ എഴുത്തുകാരൻ ശുദ്ധമായ സംഭാഷണത്തെക്കുറിച്ച് ബോധവാനായിരുന്നു. വാക്കുകളുടെ പ്രയോഗം, അക്ഷര ശുദ്ധി, വിസർഗ്ഗങ്ങളുടെയും കോമകളുടേയും സ്ഥാനം എന്നീ കാര്യങ്ങളിലൊക്കെ അശ്രദ്ധ പുലർത്തിയാൽ ഗൗരവമായ തെറ്റിദ്ധാരണകളും അതിന്റെ ഫലമായി വൻ നഷ്ടങ്ങളും ഉണ്ടാകാമെന്ന് അദ്ദേഹം ശിഷ്യരെ ഓർമ്മപ്പെടുത്തിയിട്ടുണ്ട്. ഇതിന് വലിയ ഒരു ഉദാഹരണം അദ്ദേഹം പറയുകയുമുണ്ടായി.

ഒരു കോടതിയിൽ ഒരു criminal നെ തൂക്കി കൊല്ലുവാൻ ജഡ്ജി വിധിച്ചു. വിധി hang him, not let him go. = അവനെ തൂക്കി ക്കൊല്ലുക. പോകാൻ അനുവദിക്കരുത് എന്നായിരുന്നു. എന്നാൽ എഴുതി കഴിഞ്ഞപ്പോൾ hang him not, let him go = അവനെ തൂക്കിക്കൊല്ലരുത്. അവനെ പോകാൻ അനുവദിക്കുക എന്നായി. അപ്പോൾ നോക്കൂ ഒരു കോമ അസ്ഥാനത്തു വന്നാലുള്ള അർത്ഥവ്യത്യാസവും അതുമൂലമുള്ള പ്രശ്നങ്ങളും.

സാങ്കേതിക പുരോഗതിയുടെ ഈ കാലത്ത് വാക്കുകളുടെ ശരിയായ അർത്ഥം, ഉച്ചാരണം, സ്ഫുടത, അക്ഷരശുദ്ധി തുടങ്ങിയവയെ കുറിച്ച് നമ്മൾ വേണ്ടത്ര ഗൗനിക്കാറില്ല. നമുക്ക് ഭാഷ അറിയാമെങ്കിലും നമ്മൾ ക്ലിഷ്ടമായി എഴുതുകയും സംസാരിക്കുകയും ചെയ്യുന്നു. ഒന്ന് മനസ്സിലാക്കുക വ്യക്തതയില്ലെങ്കിൽ നമ്മു

ടെ ഭാഷാപാടവം അർത്ഥശൂന്യമാണ്.

ഒരു ഭാഷയുടെ വികാസത്തെ പ്രോത്സാഹിപ്പിക്കുന്നതിനും ക്രമീകരിക്കുന്നതിനും നമ്മളെ സഹായിക്കാൻ ഒരുപാട് സംവിധാനങ്ങൾ നിലവിൽ വന്നിട്ടുണ്ടെങ്കിലും അതൊന്നും ആരും ഉപയോഗപ്രദമാക്കുന്നില്ല എന്നതാണ് സത്യം.

തർക്കമുള്ള ഒരു അർത്ഥത്തെ ക്കുറിച്ചോ, അക്ഷരവിന്യാസ ക്രമത്തെ കുറിച്ചോ, ഉച്ചാരണത്തെക്കുറിച്ചോ ആത്യന്തികമായി തീരുമാനിക്കാൻ ആരെക്കൊണ്ടും സാധിക്കുകയില്ല എന്നതാണ് ഇംഗ്ലീഷ് ഭാഷയുടെ പ്രത്യക്ഷമായ ഒരു കോട്ടം. ഫ്രാൻസിൽ നാല്പതോളം ഭാഷാപണ്ഡിതന്മാരടങ്ങുന്ന ഫ്രഞ്ച് അക്കാദമി എന്ന പേരിൽ ഒരു ഭാഷാകോടതി തന്നെ നിലവിലുണ്ടെന്ന് പറയുന്നു. അവർ കൂട്ടമായി ഇത്തരം കാര്യങ്ങളിൽ തീരുമാനമെടുക്കുന്നു. ഭാഷാ സംബന്ധമായ തർക്കങ്ങളിൽ അവരുടെ വിധി അന്തിമമാണത്രെ.

ഒരു നിഘണ്ടു കൊണ്ട് മൂന്ന് വിധത്തിലുള്ള ഗുണങ്ങളാണുള്ളത്. അവ പുതിയ ഒരു വാക്കിന്റെ ശരിയായ അർത്ഥം മനസ്സിലാക്കുക, ഒരു പ്രത്യേക വാക്കിന്റെ ഉച്ചാരണരീതി അറിയുക, ഒരു വാക്കിന്റെ അക്ഷരവിന്യാസക്രമങ്ങൾ അറിയുക എന്നിവയാണ്. തെറ്റായ അർത്ഥവും വികലമായ ഉച്ചാരണവും തെറ്റായ അക്ഷരക്രമവും പിന്തുടർന്നാൽ ഭാഷാജ്ഞാനികളുടെ പരിഹാസത്തിന് പാത്രമാകുമെന്ന് മാത്രമല്ല ആ ഭാഷയെ അപമാനിക്കുകയുമാണ് നാം ചെയ്യുന്നത്.

33

# ജീവിതം നശ്വരം

"ഹാ! പുഷ്പമേ അധികതുംഗപദത്തിലെത്ര
ശോഭിച്ചിരുന്നിതൊരു രാജ്ഞി കണക്കയേ നീ,
ശ്രീ ഭൂവിലസ്ഥിര-അസംശയം - ഇന്നു നിന്റെ
യാ ഭൂതിയെങ്ങു പുനരങ്ങു കിടപ്പിതോർത്താൽ!

1907 ൽ മഹാകവി കുമാരനാശാൻ എഴുതിയ കവിതയാണ് മുകളിൽ കൊടുത്തിട്ടുള്ളത്. പേര് "വീണ പൂവ് ". ഇത്രയും വർഷം കഴിഞ്ഞിട്ടും ഇന്നും അതിലെ ആശയവും കവിതാഭംഗിയും ആസ്വാദകരെ ആകർഷിക്കുന്നു. കാലത്തെ അതിജീവിച്ചു നിൽക്കുന്ന ആ കവിത ജീവിതത്തെയാണു പ്രതിഫലിപ്പിക്കുന്നത്. ഒരു കാലത്ത് നീ എത്ര ഹൃദയാവർജ്ജ കയായിരുന്നു! പുറത്ത് അനുപമ സൗന്ദര്യവും അകത്ത് മധുരം നിറഞ്ഞ മധുവുമുള്ള നീ ആരുടെയെല്ലാം ഹൃദയത്തെ മഥിച്ചു! ഇന്ന് നിന്റെ കിടപ്പെവിടെ?

ഒരു രാജ്ഞിയെപ്പോലെ സമൂഹത്തിൽ എത്ര ഉന്നത സ്ഥാനം വഹിച്ചവളായിരുന്നു നീ. ഇന്നോ? ഐശ്വര്യത്തിന്റെ ഉത്കർഷത്തിൽ മദിച്ചുനിന്ന നീ ഇന്ന് ഈ മണ്ണിൽ കൊഴിഞ്ഞു വീണു കിടക്കുന്നു. കഷ്ടം തന്നെ!

ഇന്ന് നിനക്ക് ഈ ഗതി വന്നു. നാളെ ഞങ്ങളുടെ ഓരോരുത്തരുടെയും വഴിയും ഇതുതന്നെയാണ്. അഗാധമായ അലയാഴിയും അത്യുന്നതങ്ങളായ ഗിരിശൃംഗങ്ങളും ഒരിക്കൽ നശിക്കും. സ്ഥാനമാനങ്ങളിൽ, സമ്പത്തിൽ, സൗന്ദര്യത്തിൽ, മേയ്ക്കരുത്തിലൊക്കെ ഭ്രമിച്ച് ജീവിതം തുലയ്ക്കുന്ന ഹേ മനുഷ്യാ! നീ എന്നും ഇതുപോലെ നിലനിൽക്കുമെന്ന് വിചാരിക്കേണ്ട. അതാണ് കവിയും പറയുന്നത്. ഒരു പൂവിന്റെ അത്യാകർഷകമായ ജീവിതം എങ്ങിനെ അവസാനിച്ചു എന്ന് കവി നമ്മെ ഓർമ്മപ്പെടുത്തുന്നു. ഭാരത

ത്തിന്റെ ദർശനം ഉൾക്കൊണ്ട ജീവിതദർശനത്തെയാണിതു സൂചിപ്പിക്കുന്നത്.

Gospel of Buddha എന്ന ഗ്രന്ഥത്തിൽ പറയുന്നത് "പ്രഭാതത്തിൽ പൂർണ്ണ ശോഭയോടെ വിരിയുകയും പകൽച്ചൂടിൽ വാടിവീഴുകയും ചെയ്യുന്ന ഒരു പൂവാണ് ജീവിതം " എന്നാണ്.

രാജ്ഞിയെപ്പോലെ ബാല്യകാലം നയിച്ച അവൾ പല പ്രേമാഭ്യർത്ഥനകളും നിരസിച്ചു. ചിത്രശലഭങ്ങളിൽ ആകൃഷ്ടയാകാതെ തന്റെ ചുറ്റും പാറിപ്പറന്നുനടന്ന ഒരു ഭ്രമരത്തെ സ്വീകരിച്ചു. ആ ഭ്രമരമാകട്ടെ മറ്റു പൂവുകളിലേക്കു പറന്നു പോവുകയും ചെയ്തു. അതിൽ ദുഃഖിതയായി പൂവ് മണ്ണിലേക്കു വീണു.

ഇനി ഒരു നടന്ന സംഭവം ഇവിടെ വിവരിക്കാം.

ഒരു മെഡിക്കൽ കോളജിലെ വാർഡിൽ ഒരു രോഗിയെ കാണാൻ രണ്ടു സുഹൃത്തുക്കൾ പോയി. അവിടെ ദൂരെയൊരു കട്ടിലിൽ ചുരുണ്ടുകൂടി കിടക്കുന്ന ഒരു സ്ത്രീരൂപത്തെ ചൂണ്ടി സുഹൃത്തിനോട് മറ്റേയാൾ ചോദിച്ചു. "ആ കിടക്കുന്ന സ്ത്രീയെ അറിയാമോ?"

സുഹൃത്ത് നോക്കിയപ്പോൾ കണ്ടത് കട്ടിലിൽ വളഞ്ഞു കൂനിക്കൂടി കിടക്കുന്ന ഒരു എല്ലിൽകൂട്. മുഖം ചുക്കിച്ചുളിഞ്ഞ്, പല്ല് കൊഴിഞ്ഞ്, കണ്ണിൽ പീളകെട്ടി, മുടി മുഴുവൻ കൊഴിഞ്ഞ ഒരു സ്ത്രീരൂപം.

അവൻ സുഹൃത്തിനോട് പറഞ്ഞു "ഇല്ല എനിക്ക് മനസ്സിലായില്ല"

അപ്പോൾ സുഹൃത്ത് പറഞ്ഞു " ആ സ്ത്രീയായിരുന്നു 1982-ലെ മിസ് കേരള. നമ്മുടെയൊപ്പം കോളജിൽ പഠിച്ചിരുന്ന സുന്ദരിക്കുട്ടി.

ഇത്രയേ ഉള്ളു നമ്മുടെയെല്ലാം ജീവിതം. സൗന്ദര്യവും മസിൽ പവറും കണ്ട് നാം അഹങ്കരിക്കുന്നു. നാം ഓർക്കാറുണ്ടോ ഇന്ദ്രിയ സംവേദനങ്ങളിൽ ഭ്രമിച്ച്, അല്പ ലാഭത്തിനുവേണ്ടി നിരപരാധികളെ കശക്കിയെറിയാൻ മടിക്കാത്ത നമ്മുടെ ജീവിതവും നശ്വരമാണെന്ന്.

വ്യക്തികളോടും വസ്തുക്കളോടും മമതയും സ്നേഹവും ആവശ്യമാണ്. പക്ഷെ അതിൽ ഒട്ടിപ്പിടിക്കാൻ അനുവദിക്കരുത്. ഒന്നു മനസ്സിലാക്കുക സ്വന്തക്കാരും ബന്ധുക്കളും എപ്പോഴും നമ്മുടെ കൂടെ ഉണ്ടാവുകയില്ല. ഒരുപക്ഷേ ഇന്നത്തെ ബന്ധുക്കൾ നാളെ നമ്മുടെ ശത്രുക്കളായി മാറിയേയ്ക്കാം. അതുകൊണ്ട് മന

സ്സിലാക്കുക നമ്മുടെ യഥാർത്ഥ ബന്ധു ഈശ്വരൻ മാത്രമാണ്. ഒരിക്കലും വിട്ടുപിരിയാത്ത ബന്ധു. ദു:ഖം വരുമ്പോൾ നാം വിളിക്കുന്നത് ഈശ്വരനെയാണ്. നമ്മുടെ ഉള്ളിന്റെയുള്ളിൽ വസിക്കുന്ന യഥാർത്ഥ ബന്ധു. യഥാർത്ഥ രക്ഷകൻ. അതു മനസ്സിലാക്കാതെ നാം അന്യവ്യക്തികളുടെയും അന്യവസ്തുക്കളുടെയും പിറകേ പോകുന്നു. നശിക്കാത്തതിനെ വിട്ട് നശിക്കുന്നതിനെ നേടാൻ വ്യഗ്രതകൊള്ളുന്നു. നശിക്കുന്ന ബന്ധങ്ങളും മമതകളും ഒക്കെ മഹത്തരമായി കരുതാതിരുന്നാൽ ആരുപേക്ഷിച്ചാലും ആരു ദ്വേഷിച്ചാലും ദു:ഖിച്ചു തളരേണ്ടി വരില്ല. ഇന്ന് കൂടെയുള്ളവരും കൂടെയുള്ളവയും നാളെ നമ്മെ വിട്ടുപിരിയും. അതുകൊണ്ട് നമ്മുടെ ലക്ഷ്യം ഇവരെയൊക്കെ വിട്ട് ഈശ്വരനിൽ എത്തിച്ചേരുകയാണെ ന്ന് മനസ്സിലാക്കി ജീവിക്കുക.

34

# കർമ്മഫലസിദ്ധാന്തത്തിന്റെ പ്രസക്തി

What you sow, so you reap (നീ വിതച്ചത് നീ കൊയ്യും.) എന്ന സുപ്രസിദ്ധമായ ബൈബിൾ വാക്യം നമ്മെ സൽകർമ്മങ്ങളിലേക്കു നയിക്കാൻ ഓർമ്മപ്പെടുത്തുന്നു. കാഞ്ഞിരത്തിൻ കുരുനട്ടിട്ട് ഓറഞ്ചുഫലം പ്രതീക്ഷിക്കരുത്. ഓരോ വ്യക്തിയേയും ബഹുമാനിക്കുകയാണെങ്കിൽ അവരാൽ നമ്മളും ബഹുമാനിക്കപ്പെടും. അതേ സമയം നമ്മൾ ആരെയെങ്കിലും അപമാനിച്ചാൽ ആ കർമ്മം നമ്മളെ ശിക്ഷിക്കുകയും ചെയും.

ഒന്നു മനസ്സിലാക്കുക! സുഖവും ദുഃഖവും നാം തന്നെ വരുത്തുന്നവയാണ്. അതായത് നാം ചെയ്യുന്ന പുണ്യപാപങ്ങൾ നിഴൽപോലെ നമ്മേ അനുഗമിക്കുന്നു.

സൽകർമ്മങ്ങൾക്കു നല്ല ഫലമുണ്ടാകുമെന്ന വിശ്വാസമാണ് ആളുകളെക്കൊണ്ട് നന്മ ചെയ്യിക്കുന്നത്. എന്നാൽ പാപകർമ്മങ്ങളുടെ ഫലം, തന്നെ വേട്ടയാടാൻ പിന്നാലെ എത്തുമെന്ന ബോധം പലർക്കും ഇല്ലാതാകുന്നു. തൽക്കാല ലാഭത്തിനുവേണ്ടി ഏതു ദുഷ്കർമ്മവും ചെയ്യാൻ പലർക്കും മടിയുമില്ല. പക്ഷെ ആരും അറിയരുതെന്നു മാത്രം. എന്നാൽ ആരും അറിയാതെ ഒരു കർമ്മവും നടക്കുന്നില്ല എന്ന് അത്തരക്കാർ മനസ്സിലാക്കുന്നില്ല. എല്ലാം കാണുന്ന കർമ്മസാക്ഷിയെപ്പറ്റി ആരും ഓർക്കാതെ പോകുന്നു! ചില സന്ദർഭങ്ങളിൽ നമ്മുടെയുള്ളിലെ മന:സാക്ഷിയെ പരിഗണിക്കാതെ നീങ്ങുന്നു. നമ്മൾ ഒരു തെറ്റ് ചെയ്യാൻ ശ്രമിക്കുമ്പോൾ നമ്മുടെ മന:സാക്ഷി അതു വിലക്കിയാലും നമ്മൾ ആ വിലക്ക് അവഗണിക്കുന്നു. മാത്രമല്ല ഏറ്റവും വലിയ നീതിന്യായ കോടതിയായ ഈശ്വരന്റെ കോടതി നമ്മുടെ പരിഗണയിൽ വരു

ന്നുമില്ല.

ആലോചിക്കാതെ നാം ഓരോ കർമ്മവും ചെയ്യുമ്പോൾ പരിമിത സുഖവും അപരിമിത ക്ലേശവുമാണണ്ടാവുക എന്ന് ഓർക്കുക. ധാർമ്മികബോധമു ള്ളവരും ചിലപ്പോൾ വിഷയാസക്തി മൂലം തെറ്റ് ചെയ്തേക്കാം. പുരാണ കഥകളിലെ കഥാപാത്രങ്ങളിൽ പലരും കർമ്മഫലം അനുഭവിച്ചതായി കാണാം. ഒരു പൊന്മാനിനോട് സീതാദേവിക്കു തോന്നിയ നിരുപദ്രവമെങ്കിലും ശക്തമായ ആസക്തി പിന്നീട് എന്തെല്ലാം അനർത്ഥങ്ങളാണ് വരുത്തിവെച്ചത്! ധർമ്മത്തിന്റെ മൂർത്തിമത് ഭാവമായിരുന്ന യുധിഷ്ഠിരമഹാരാജാവിന് ചൂതുകളിയിലുണ്ടായ ആസക്തി നിമിത്തം പാണ്ഡവർക്ക് എത്രയെത്ര ദു:ഖങ്ങളും ദുരിതങ്ങളുമാണ് അനുഭവിക്കേണ്ടിവന്നത്! കള്ള ചൂതുകളിച്ച കൗരവരുടെയും അന്ത്യം എത്ര ദാരുണമായിരുന്നു!

പിറകോട്ടു നോക്കിയാൽ രാവണൻ വരാൻതന്നെ കാരണം രാവണ ഭഗിനിയായ ശൂർപ്പണഖയ്ക്ക് ലക്ഷ്മണൻ അംഗഭംഗം വരുത്തിയതുകൊണ്ടല്ലെ? ശ്രീരാമൻ ബാലിയെ ഒളിയമ്പെയ്തു കൊന്ന പാപത്തിന്റെ ഫലമായിട്ടല്ലേ അടുത്ത ജന്മത്തിൽ ശ്രീകൃഷ്ണനായി ജനിച്ചപ്പോൾ വേടന്റെ ഒളിയമ്പേറ്റ് മരിക്കേണ്ടി വന്നത്! കുരുക്ഷേത്രയുദ്ധത്തിനു ശേഷം പാളയത്തിൽ ഉറങ്ങിക്കിടന്ന അഞ്ചു പാണ്ഡവപുത്രന്മാരെ അശ്വത്ഥാമാവ് വെട്ടി കൊലപ്പെടുത്തി. അതുകൊണ്ട് പാണ്ഡവരുടെ വിജയം ജയത്തേക്കാൾ ദയനീയമായി.

ഈ കാലഘട്ടത്തിലും കർമ്മഫലസിദ്ധാന്തത്തിന്റെ പ്രസക്തി സമകാലീന സംഭവങ്ങളിൽ കാണാൻ കഴിയും. ഭൗമതാപവർദ്ധനവും ഭൂകമ്പവും ഒക്കെ മനുഷ്യന്റെ ചെയ്തികളുടെ ഫലമായി ഉണ്ടാകുന്നതാണ്. പണത്തിനോടുള്ള ആർത്തിമൂലം മനുഷ്യൻ പ്രകൃതിയെ തകിടം മറക്കുകയാണ്. ജലസ്രോതസ്സുകൾ അടച്ചുകൊണ്ട് പടുത്തുയർത്തുന്ന മണിമാളികകൾ, വനനശീകരണം, നദിയിലെ മണലൂറ്റൽ, ആധുനിക വ്യവസായങ്ങളും മറ്റു മോട്ടോർ വാഹനങ്ങളുമൊക്കെ വിസർജ്ജിക്കുന്ന വായു മലിനീകരണം തുടങ്ങി മനുഷ്യൻ ചെയ്യുന്ന ദുഷ്കൃതങ്ങൾക്ക് പ്രകൃതി ഇപ്പോൾ പകരം വീട്ടുകയാണ്. പഞ്ചഭൂതങ്ങളിൻ എല്ലാം മലിനീകരിക്കപ്പെട്ടു. ശുദ്ധവായു ശ്വസിക്കാനും ശുദ്ധജലം കുടിക്കാനും കിട്ടാതായി. ഇതുമൂലമുണ്ടാകുന്ന പുതിയ പുതിയ രോഗങ്ങൾ, മരുന്നില്ലാത്ത, പ്രതിരോധിക്കാനാവാത്ത അസുഖങ്ങൾ മനുഷ്യജീവിതത്തെ ദു:

സഹമാക്കുകയാണ്.

നമ്മുടെ സ്വാർത്ഥമോഹങ്ങളുടെ സാക്ഷാൽക്കാരത്തിനായി നാം പലതരത്തിൽ പ്രകൃതിയെ പീഡിപ്പിക്കുന്നു. പ്രകൃതി അതിന് പ്രതികാരം ചെയ്യാൻ ആരംഭിച്ചിരിക്കുന്നതിന്റെ ലക്ഷണങ്ങളാണ് ഇപ്പോൾ പ്രകടമായിക്കൊണ്ടിരിക്കുന്നത്. ഇതിൽ നിന്നും പാഠം ഉൾക്കൊണ്ട് നന്മകൾ ചെയ്യാൻ കഴിയട്ടെ എന്ന് നമുക്ക് പ്രാർത്ഥിക്കാം.

## 35

# അഹം ബ്രഹ്മാസ്മി

ഈശ്വരനെ നമ്മൾ പല രൂപത്തിൽ സങ്കൽപ്പിച്ചു പ്രാർത്ഥിക്കുന്നു. പല മതങ്ങൾ പല ദൈവങ്ങളെ ആരാധിക്കുന്നു. എന്നാൽ അതു ഏതുമാകട്ടെ നമുക്ക് മുകളിൽ ഒരു ശക്തിയുണ്ടെന്നും ആ ശക്തിയാണ് നമ്മളുടെ എല്ലാ പ്രവർത്തികളെയും നിയന്ത്രിക്കുന്നത് എന്ന് മനസ്സിലാക്കുക. ചിലർ ചോദിക്കാറുണ്ട് നിങ്ങൾ ഈശ്വരനെ കണ്ടിട്ടുണ്ടോയെന്ന്? എന്നാൽ ആ ചോദ്യം ചോദിക്കുന്നതിന് മുമ്പ് ടി. വിയിൽ ജിയോഗ്രാഫി ചാനലൊ അല്ലെങ്കിൽ ഡിസ്കവറി ചാനലൊ കാണുക. അപ്പോൾ നിങ്ങൾക്ക് മനസ്സിലാകും16 ലക്ഷത്തിൽപരം വിവിധ തരത്തിലുള്ള ജന്തുക്കൾ ഈ ഭൂമിയിൽ ഉണ്ടെന്ന്. അവയെല്ലാം ജനിച്ച് വലുതായി മരിക്കുന്ന സീൻ വരെ നിങ്ങൾക്ക് അതിൽ കാണാൻ സാധിക്കും.

പല്ലിയുടെ മുട്ട കണ്ടിട്ടുണ്ടോ? ആ മുട്ടയ്ക്കകത്ത് മുട്ടയിട്ട ദിവസം പൊട്ടിച്ചാൽ അല്പം വെള്ളം പോലെയുള്ള ദ്രാവകമേ ഉണ്ടാകുകയുള്ളൂ.. കൃത്യം 11 ദിവസംകൊണ്ട് ആ ദ്രാവകം ഒരു പല്ലിയായി മാറുന്നു. എത്ര ബയോകെമിക്കൽ ചെയ്ഞ്ചാണ് ആ മുട്ടയ്ക്കകത്തുണ്ടാകുന്നത്. ഒരു കോഴി മുട്ടയിട്ടു കഴിഞ്ഞാൽ 21-ാം ദിവസം കൊക്കുള്ള, നഖങ്ങളുള്ള, കാലുകളുള്ള, ചിറകുകളുള്ള ഇറച്ചിവച്ച ഒരു കോഴിക്കുഞ്ഞ് പുറത്തേക്ക് വരുന്നു. ആ ചിത്രം ഒന്ന് ചിന്തിച്ചുനോക്കൂ. അതുപോലെ തന്നെ ഒരു വിരിയാറായ കോഴിമുട്ടയും വിരിയാറായ താറാവുമുട്ടയും കുളക്കടവിൽ കൊണ്ടുപോയി വെള്ളത്തിന്റെ അടുത്തുവയ്ക്കുക. എന്നിട്ട് ദൂരെ മാറിനിന്ന് നോക്കുക. കോഴിമുട്ട പൊട്ടി കോഴിക്കുഞ്ഞും താറാവു മുട്ട പൊട്ടി താറാവു കുഞ്ഞും പുറത്തുവരുന്നു. രണ്ടു കുഞ്ഞുങ്ങളും വെള്ളത്തിലേക്ക് നോക്കുന്നുണ്ടാകും.

കോഴിക്കുഞ്ഞ് വെള്ളത്തിലേക്ക് നോക്കി പേടിച്ച് പുറകിലേക്ക് പോകും. താറാവിന്റെ കുഞ്ഞ് വെള്ളത്തിലേക്കെടുത്തു ചാടും. കോഴിക്കുഞ്ഞിനറിയാം വെള്ളത്തിൽച്ചാടിയാൽ പൊങ്ങില്ലെന്ന്. എന്നാൽ താറാവ് കുഞ്ഞിനറിയാം; വെള്ളത്തിൽ ചാടിയാൽ മുങ്ങില്ലെന്ന്. രണ്ടും മുട്ടയ്ക്കകത്തുനിന്ന് ഉണ്ടായതാണ്.

എങ്ങനെയാണ് ഈ അറിവ് അവയ്ക്ക് ഉണ്ടായത്? അരാണ് ഈ അറിവ് നൽകിയത്? അതുപോലെ തന്നെപശുക്കുട്ടിയെ അല്ലെങ്കിൽ പശുവിനെ ഒരു വലിയ പുൽമേടിൽ മേയാൽ വിടുക. ആ പശു തിന്നുന്ന പുല്ലുകൾ മുഴുവൻ നോക്കിയിരിക്കുക. ആ പശു ഒരിക്കലും കമ്മ്യൂണിസ്റ്റ് പച്ച തിന്നില്ല. കാരണം പശു കോൺഗ്രസ്സായതുകൊണ്ടല്ല.

ആ കമ്യൂണിസ്റ്റ് പച്ച തിന്നരുതെന്ന് അതിന്റെ തലച്ചോറിൽ കുറിച്ചു വച്ചിട്ടുണ്ട്. ആ അറിവിനെയാണ് പ്രപഞ്ചചൈതന്യം എന്നു പറയുന്നത്. അതിന്റെ ഒരു ഭാഗം ആത്മചൈതന്യമായി എല്ലാ ജീവികളിലും കാണാം. അതുകൊണ്ടുതന്നെയാണ് നമ്മുടെ ഹൃദയവും പ്രവർത്തിക്കുന്നത്, ആ ആത്മചൈതന്യം എല്ലാ ജീവജാലങ്ങളിലും പ്രവർത്തിക്കുന്നു.

കാനഡായിൽ ആർട്ടിക്ക് സമുദ്രത്തിന്റെ അടുത്ത് ഒരു സ്ഥലമുണ്ട്. അതിന്റെ പേര് സാൽമൺ ക്രീക്ക് എന്നാണ്. അവിടെ സാൽമൺ മത്സ്യം വന്ന് മുട്ടയിടും. ആ മുട്ട വിരിഞ്ഞ് കുഞ്ഞുങ്ങൾ സാൽമൺ ക്രീക്ക് ആർട്ടിക് സമുദ്രത്തിൽനിന്ന് താഴത്തേക്ക് വന്ന് പെസഫിക് സമുദ്രത്തിലൂടെ പോയി നേരെ സൗത്ത് അമേരിക്കയുടെ താഴെക്കൂടെ സൗത്ത് ആഫ്രിക്ക കടന്ന് പോയിട്ട് അറ്റ്ലാന്റിക് സമുദ്രവും കടന്ന് ഇന്ത്യൻ മഹാസമുദ്രം കടന്ന്, ന്യൂസിലന്റുവരെ പോയി തിരിച്ച് ഇന്ത്യൻ സമുദ്രം കടന്ന് അറ്റ്ലാന്റിക് സമുദ്രം കടന്ന് സൗത്താഫ്രിക്കയും സൗത്ത് അമേരിക്കയും കടന്ന് പസഫിക് സമുദ്രവും കടന്ന് വീണ്ടും ആർട്ടിക്ക് സമുദ്രത്തിലെ സാൽമൺ ക്രീക്കിൽ മൂന്നു വർഷം കഴിഞ്ഞ് തിരിച്ചെത്തും. അപ്പോൾ ആ ചെറിയ മത്സ്യക്കുഞ്ഞ് വലിയ ഒരു സാൽമൺ മത്സ്യമായി മാറിയിട്ടുണ്ടാകും. അവിടെ വന്ന് അത് മുട്ടയിടും. അതിനുശേഷം തലയടിച്ച് ചത്തുപോകും. ഏതാണ്ട് 32 ലക്ഷം ടൺ സാൽമൺ മത്സ്യങ്ങൾ ഒരു സീസണിൽ മരിക്കുന്നുണ്ടെന്ന് പറയുന്നു. അത് തിന്നാൻ ആ പ്രദേശത്ത് ധാരാളം കരടികളും എത്തിയിരിക്കും. ഈ സാൽമൺ മത്സ്യത്തോട് അവിടുന്ന് വിരിഞ്ഞ് ന്യൂസിലന്റുവരെ പോയി തിരിച്ച് ഇവിടെ വന്ന് മുട്ടയിട്ട് തലതല്ലി ചാവണമെന്ന്

പറഞ്ഞത് ഈശ്വരനല്ലാതെ മറ്റു ആരുമല്ല.

ഇനി നമ്മുടെ ശരീരത്തെ കുറിച്ചു ചിന്തിച്ചു നോക്കൂ!

ഈ ശരീരത്തെ മൊത്തം നിയന്ത്രിക്കുന്ന ഒരു ശക്തിയുണ്ട്. കണ്ണിന് കാഴ്ച നൽകുന്ന ശക്തി, ചെവിയെ കേൾപ്പിക്കുന്ന ശക്തി, നാക്കിന് സംസാരിക്കാനും സ്വാദറിയാനും സഹായിക്കുന്ന ശക്തി.

നാക്കിന്റെ കാര്യം ഒന്നാലോചിച്ച് നോക്കൂ. 32 പല്ലിന്റെ ഇടയിലൂടെ നാക്ക് തലങ്ങും വിലങ്ങും പോവുകയാണ്.

എപ്പോഴെങ്കിലും ഭക്ഷണം കഴിക്കുമ്പോൾ ഈ നാക്ക് പല്ലിന്റെ ഇടയിൽ പോയാലുള്ള അവസ്ഥ ഒന്നാലോചിച്ചു നോക്കൂ. അവയെ എത്ര ഭംഗിയായി സൂക്ഷിച്ചുവച്ചിരിക്കുന്നു. മാത്രമല്ല അതുപോലെ നമ്മുടെഎല്ലാ അവയവങ്ങളളെയും ഒന്നു ശ്രദ്ധിച്ചു നോക്കു ! അപ്പോൾ മനസ്സിലാകും നമ്മളെ പൂർണ്ണമായും നിയന്ത്രിക്കുന്നത് ഒരു ശക്തിയാണെന്ന്. അപ്പോൾ നമ്മൾ കൈ കൂപ്പിക്കൊണ്ട് പറയും *അഹം ബ്രഹ്മാസ്മി* ഞാനും ഈശ്വര ചൈതന്യത്തിന്റെ ഭാഗമാണ്. അപ്പോൾ മനസ്സിലാകും ഈശ്വര ചൈതന്യത്തിന്റെ പ്രാധാന്യം.

ആ പരമമായ ചൈതന്യത്തിന്റെ മുമ്പിൽ ആധാരമായി നിൽക്കാൻ നമുക്ക് സാധിക്കണം. ആ ചൈതന്യത്തിന്റെ മുമ്പിൽ കൈകൂപ്പി പ്രാർത്ഥിക്കാൻ സാധിക്കണം.

36

# പ്രകൃതിയാണ് ദൈവം

2018 ലെ പ്രളയം... അത് കേരള ചരിത്രത്തിന്റെ ഭാഗമായി....

കേരള ചരിത്രത്തിലെ ഏറ്റവും ഭീകരമായ അവസ്ഥയായിരുന്നു അത്.

നമ്മൾ അതിന് സാക്ഷിയായി....

അപ്രതീക്ഷിതമായ ആഘാതമായിരുന്നു അത് .

ഇന്നും അതിന്റെ ഭീതിപ്പെടുത്തുന്ന ഓർമ്മകൾ ജനങ്ങളിൽ നിന്ന് വിട്ടുമാറിയിട്ടില്ല.

എല്ലാം നഷ്ടപ്പെട്ട ഒരുപാട് പേർ..

മക്കൾ, അച്ഛൻ, അമ്മ, സഹോദരങ്ങൾ, ബന്ധുജനങ്ങ ൾ, വളർത്തുമൃഗങ്ങൾ, കൃഷിയി ടങ്ങൾ, വാഹനങ്ങൾ, കരുതിവെ ച്ച സമ്പാദ്യം... ജീവിതംതന്നെ വെടിയേണ്ടിവന്ന കുറേയേറെപ്പേർ...

ആരെയും കുറ്റം പറയാനില്ല,

ചില കണക്കുകൂട്ടലുകൾ പിഴച്ചിരിക്കാം,

ചിലതു മുൻകൂട്ടി കാണുവാൻ കഴിയാതിരുന്നിരിക്കാം,

ആർക്കും സംഭവിക്കാവുന്നതാണ്.... കുറ്റം പറയാൻ ആർക്കും അർഹതയില്ല. പ്രകൃതിയെ നിയന്ത്രിക്കാൻ മനുഷ്യനാവില്ലല്ലോ.

എന്നാൽ നന്ദിയോടെ സ്മരിക്കേണ്ട പലതുമുണ്ട്, ദുരന്തം നേരിടുവാൻ കയ്യും മെയ്യും മറന്നു പ്രവർത്തിച്ച ഒരുപാട് പേർ, ഒരുപാട് സംഘടനകൾ, അവധിയും ഡ്യൂട്ടി സമയവും നോക്കാതെ ജോലിചെയ്തു കൊണ്ടിരുന്ന പോലീസ്, ഫയർ ഫോഴ്സ്, വൈദ്യുതി, ആരോഗ്യം റവന്യു തുടങ്ങിയ എല്ലാവകുപ്പുകളിലെയും ജീവനക്കാർ, കൃത്യസമയത് ഓടിയെത്തിയ നമ്മുടെ സൈന്യം, അർധ സൈ നിക വിഭാഗങ്ങൾ...

എന്നെപ്പോലെ ദുരിതഭീഷണി ഇല്ലാത്ത സ്ഥലത്തു ജീവിക്കുന്ന, ദുരിതമനുഭവിക്കുന്നവർക്കുവേണ്ടി പ്രാർത്ഥിക്കുവാൻ മാത്രം കഴിഞ്ഞ ഒരുപാടുപേർ...

നാളെ എന്തുസംഭവിക്കും എന്ന് ആർക്കും അറിയില്ല..

ഉത്തരവാദിത്വത്തോടെ ഇങ്ങോട്ടുവിളിച്ചു ദുരിതങ്ങളെ ക്കുറിച്ച് അന്വേഷിക്കുകയും വേണ്ട സഹായങ്ങൾ വാഗ്ദാനം ചെയ്യുകയും ചെയ്ത കേന്ദ്രസർക്കാർ, സ്വാതന്ത്ര്യദിന സൽക്കാരം ഉപേക്ഷിച്ച ഗവർണ്ണർ, ആഘോഷങ്ങളെല്ലാം ഉപേക്ഷിച്ച സംസ്ഥാന സർക്കാർ, ദുരിതം നേരിട്ടു മനസ്സിലാക്കാൻ എത്തിയ ഭരണാധികാരികൾ ....

എല്ലാവരും തനിക്ക് കഴിയുന്നതൊക്കെ ചെയ്തു. എന്നിട്ടും ഇതൊന്നും നമ്മളെ ബാധിക്കില്ല എന്ന് അഹങ്കരിച്ച ചിലർ.... എവിടെ ദൈവങ്ങൾ?

അതാണ് അവരുടെ ചോദ്യം...

സ്വയം രക്ഷയില്ലാത്ത ദൈവങ്ങൾ എങ്ങിനെ നമ്മെ രക്ഷിക്കുമെന്ന് ചോദിച്ചു പുച്ഛിക്കുന്നവരുണ്ട്...

എന്നാൽ അവരോട് പറയാൻ ഉത്തരമുണ്ട്.

ഈ പ്രകൃതിയാണ് ദൈവം...

ഭൂമി, ജലം, അഗ്നി, വായു, ആകാശം... ഈ പഞ്ചഭൂതങ്ങൾ ആണ് ദൈവങ്ങൾ...

അതിനെയാണ് പണ്ടുമുതൽ നമ്മൾ ആരാധിച്ചിരുന്നത്...

അവയെ ബഹുമാനിക്കാനും സംരക്ഷിക്കാനും തന്നെയാണ് പൂർവികർ അവയെ ദൈവങ്ങൾ എന്നുവിളിച്ചതും. അഹംബ്രഹ്മാസ്മി...

അത് നീ തന്നെ ആകുന്നു എന്നും പഠിപ്പിച്ചതും.

ഇന്ന് നമ്മളിലെ ദൈവാംശം നഷ്ടപ്പെട്ടിരിക്കുന്നു.

അതുകൊണ്ടു തന്നെ നമ്മൾ പ്രകൃതിയെ വെല്ലുവിക്കാൻ തുടങ്ങിയിരിക്കുന്നു...

നമ്മൾ അവയോടു ചെയ്ത ധിക്കാരങ്ങൾക്കും ക്രൂരതക്കും ഉള്ള തിരിച്ചടിയാണ് ഇന്ന് നമ്മൾ അനുഭവിക്കുന്നത്, അപ്പോൾ, തെറ്റ് ചെയ്യാത്തവരും അനുഭവിക്കുന്നില്ലേ എന്ന് മറു ചോദ്യമുയരാം, ഉണ്ട്, ആ തെറ്റുചെയ്യാത്തവർ അനുഭവിക്കുന്നതിന്റെ ഉത്തരവാദിത്വവും തെറ്റുചെയ്തവർക്കു തന്നെയാണ്.

കണക്കുകൾ അവസാനിച്ചു എന്ന് ആരും കരുതേണ്ട.

പ്രകൃതിക്ക് എല്ലാത്തിനും കൃത്യമായ കണക്കുകൾ ഉണ്ട്.

പ്രാചീനകാലം മുതൽ നമ്മൾ ആരാധിച്ചുപോന്ന ഈ പഞ്ച ഭൂതങ്ങളിൽ ഒന്ന് മാത്രം ചെറുതായി ഒന്നിടഞ്ഞപ്പോൾ ഉള്ള അവ സ്ഥയാണ് നാം കണ്ടത്.

ബാക്കി പറയേണ്ടല്ലോ...

ദൈവം എന്തെ രക്ഷിക്കാത്തത് എന്ന് ചോദിക്കുന്ന ശാസ്ത്ര വാ ദികളോടും യുക്തിവാദികളോടും ഒരു ചോദ്യം..

ശാസ്ത്രം ഒരുപാട് വളർന്നില്ലേ,

എന്തേ ശാസ്ത്രം രക്ഷിക്കാഞ്ഞത്? എന്തെ ആവശ്യം കഴി ഞ്ഞപ്പോൾ ആ മഴയങ്ങു നിർത്താൻ ശാസ്ത്രത്തിന് കഴിയാതി രുന്നത്?

വേണ്ടിടത് അത് പെയ്യിക്കാതിരുന്നത്? എന്തേ ആ ജീവനുക ളെ രക്ഷിക്കാതിരുന്നത്? എന്തേ അവരുടെ സമ്പാദ്യങ്ങൾ സംര ക്ഷിക്കാതിരുന്നത്?

ഒന്ന് മനസ്സിലാക്കൂ ഒന്നും നമ്മുടെ നിയന്ത്രണത്തിൽ അല്ല,

ശാസ്ത്രത്തിനും പരിമിതികളുണ്ട്, അതിനതീതമായ കാര്യ ങ്ങളും ഉണ്ട്, ശാസ്ത്രത്തിന് അതീതമാണ് ഈ പഞ്ചഭൂതങ്ങൾ...

നമ്മെ സംരക്ഷിക്കുന്നത് ഈ പ്രകൃതിയാണ്, അത് സംരക്ഷി ക്കപ്പെടുകയും അതിനെ ബഹുമാനിക്കുകയും വേണം..

സന്തുലിതാവസ്ഥ നഷ്ടപ്പെടുമ്പോൾ പ്രകൃതി അസ്വസ്ഥമാ വും... അതാണ് നമ്മൾ കണ്ടതും കാണുന്നതും, അനുഭവിക്കുന്ന തും കാണാൻ പോകുന്നതും.

കിടപ്പാടത്തിനോ ജീവിക്കാനോ വേണ്ടി പ്രകൃതിയെ ഉപയോ ഗിക്കു ന്നവർക്ക് വിഷമം തോന്നേണ്ട, പ്രകൃതി നമ്മളെപ്പോലെയു ള്ള ജീവജാലങ്ങൾക്ക് ജീവിക്കാൻ തന്നെയുള്ളതാണ്. പക്ഷെ ആ അവകാശം ചൂഷണമാവുമ്പോൾ പ്രകൃതി പ്രതികരിക്കുന്നത് സ്വാഭാവികം മാത്രം.

അതു കൊണ്ട് നമുക്ക് പ്രതിജ്ഞ ചെയ്യാം

പ്രകൃതിയെ ബഹുമാനിക്കാം,

വിശ്വസിക്കാം,

സംരക്ഷിക്കാം...

ദുരന്തങ്ങൾ വഴിമാറട്ടെ...

37

# കാപട്യങ്ങൾ തിരിച്ചറിയുക

ഭക്തിയുടേയും, ആരാധനയുടെയും പേരിൽ നമ്മളെന്തൊക്കെയാണ് ഇന്നു ചെയ്തുകൊണ്ടിരിക്കുന്നത്? നമ്മളോട് നാം തന്നെ ചോദിക്കേണ്ട ചില ചോദ്യങ്ങളുണ്ട്. നമ്മുടെ ചെയ്തികൾ കൊണ്ട് മനസ്സ് നിർമ്മലമാകുകയാണോ അതോ കൂടുതൽ മലിനമാകുകയാണോ? നമ്മൾ ഈശ്വരനിലേക്കു കൂടുതൽ അടുക്കുകയാണോ അതോ ഈശ്വരനിൽ നിന്നും അകന്നു പോകുകയാണോ? നമ്മുടെ പോക്ക് എവിടേക്കാണ്?

വ്യക്തികളാണ് സമൂഹം സൃഷ്ടിക്കുന്നതെന്നതിനാൽ വ്യക്തിയുടെ ഈശ്വരനിലേക്കുള്ള അടുപ്പവും അകൽച്ചയും സാമൂഹിക ഭദ്രതയുമായി ബന്ധപ്പെട്ടു നിൽക്കുന്ന വിഷയമാണ്. അപ്പോൾ നമ്മൾ ഓരോരുത്തരും സനാതനധർമ്മ സിദ്ധാന്തങ്ങളും തത്ത്വങ്ങളും സ്വന്തം ജീവിതത്തിൽ അനുവർത്തിച്ചാൽ സമൂഹികമായ ഉന്നമനം സാധിക്കുമെന്ന കാര്യത്തിൽ സംശയമില്ല. ഇക്കാര്യം ശരിക്കും ബോദ്ധ്യപ്പെട്ടവരായിരുന്നു ഭാരതീയ ആത്മീയാചാര്യന്മാർ. ആത്മീയതയിലൂടെ ലോകത്തിനു മുഴുവൻ സുഖം ഭവിക്കട്ടെ *ലോകാ സമസ്താ* *സുഖിനോ ഭവന്തു* എന്നവർ പ്രാർത്ഥിച്ചത് അതിനാലാണ്.

അമ്മയെക്കൊന്നാലും വേണ്ടില്ല, അംഗീകാരങ്ങൾ നേടണം എന്നു ചിന്തിക്കുന്ന ഒരു ലോകത്താണല്ലോ ഇന്നു നാം ജീവിക്കുന്നത്.

അധികാര രാഷ്ട്രീയത്തിന്റെ മോഹവലയങ്ങളിലും അവരൊരുക്കുന്ന കുതന്ത്രങ്ങളിലും ചെന്നു ചാടി പലരും സഹസ്രാബ്ധങ്ങളായി തങ്ങളാർജ്ജിച്ചിട്ടുള്ള സംസ്കാരത്തെത്തന്നെ തള്ളിപ്പറയാൻ ലജ്ജയില്ലാത്ത അവസ്ഥയിലെത്തിനിൽക്കുന്ന കാഴ്ചയാ

ണിന്നു കാണുന്നത്. സംസ്കാരചിത്തനായ മനുഷ്യരേക്കാൾ മതേതരവാദിയായ മനുഷ്യരെയാണ് ഈ ഭൂമുഖത്തു കൂടുതലായും കാണുന്നത്. സ്വന്തം ഭാരതസംസ്കാരത്തെ നിന്ദിച്ചുകൊണ്ട്, വൈദേശികമായിട്ടുള്ളതെല്ലാമാണ് മഹത്തരം എന്നു പറഞ്ഞ്, അതിനൊക്കെ ആർപ്പു വിളിക്കുന്നതാണ് പുരോഗമനം എന്ന് ചിന്തിക്കുന്ന മൂഢന്മാരുടെ നാടായി നമ്മുടെ ഭാരതം മാറിക്കൊണ്ടിരിക്കുകയാണ്.

രാഷ്ട്രീയമെന്നപോലെ തന്നെ ജാതിവ്യവസ്ഥ സൃഷ്ടിക്കുന്ന അപകർഷതാ ബോധവും സ്വന്തം സംസ്കാരത്തെക്കുറിച്ചുള്ള അറിവില്ലായ്മയും ഈ കപടമനോഭാവത്തിനു പിന്നിൽ വർത്തിക്കുന്ന പ്രധാന ഘടകങ്ങളാണ്. ഈയൊരവസ്ഥയിൽ നിന്ന് നാം മാറിയേ തീരൂ.

കലക്കവെള്ളത്തിൽ മീൻ പിടിക്കാനെന്ന പോലെ ഭൗതികതയിൽ മാത്രം വിശ്വസിക്കുന്ന പ്രസ്ഥാനങ്ങൾക്കും സ്വസംസ്കാര നിന്ദ അവരുടെ നിലനിൽപ്പിനുള്ള ഒരു ഉപായമായിത്തീർന്നിട്ടുണ്ട്. ബാഹ്യപരമായ ഇത്തരം ചിന്തകൾ സ്വസമൂഹത്തിലെ ആന്തരികമായ കാപട്യമാണെന്നതിൽ സംശയം വേണ്ട.

38

# മനസ്സ് എന്ന പ്രതിഭാസം

ആധുനിക ശാസ്ത്രത്തിനു പോലും അജ്ഞാതമായൊരു വിഷയമാണ് മനസ്സെന്ന പ്രതിഭാസം.

നമ്മുടെ ശരീരത്തിലെ ഓരോ അവയവങ്ങളും എവിടെയാണെന്ന് നമുക്ക് അറിയാവുന്നതാണ്. ഈ അവയവങ്ങളുടെയല്ലാം ക്ഷതങ്ങൾ തിരിച്ചറിയാനും ചികിത്സിക്കാനും ആധുനിക സംവിധാനങ്ങളുണ്ട്. എന്നാൽ മനസ്സ് എവിടെ സ്ഥിതി ചെയ്യുന്നുവെന്ന് ആർക്കും അറിയില്ല. എങ്കിലും മനസ്സുമായി ബന്ധപ്പെട്ട പിരിമുറുക്കം ഏവർക്കും ഉണ്ടായികൊണ്ടിരിക്കുന്നു.

മനസ്സ് സ്ഥൂല ശരീരത്തിനുള്ളിലെ സൂക്ഷ്മ ശരീരമാണ്. ഈ മനസ്സാണ് മനുഷ്യന് സ്വർഗ്ഗവും നരകവും ഉണ്ടാക്കുന്നത് .മാത്രമല്ല ഈ മനസ്സു തന്നെയാണ് നമ്മുടെ ബന്ധുവും ശത്രുവും എന്ന് നമ്മൾ മനസ്സിലാക്കണം.

"മനഃ ഏക മനുഷ്യാണാം കാരണം ബന്ധമോക്ഷയോ" എന്നത് ഇതിനെ ദൃഢീകരിക്കുന്നു. മനസ്സിനെ നിയന്ത്രണവിധേയമാക്കാതെ പോയാൽ നരകമാകും ഫലം. മനസ്സിനെ നിയന്ത്രിക്കുന്നത് കാറ്റിനെ പിടിച്ചുകെട്ടുന്നപോലെ ദുഷ്കരമാണന്നാണ് ഭഗവാൻ ശ്രീകൃഷ്ണൻ അർജ്ജുനനോട് പറഞ്ഞിട്ടുള്ളത് .

നമ്മുടെ എല്ലാ പ്രശ്നങ്ങൾക്കും പ്രധാന കാരണം നമ്മുടെ മനസ്സു തന്നേയാണ് .അത് ജ്ഞാനത്തിൽ കൂടി മാത്രമേ മനസ്സിലാക്കാൻ കഴിയൂ . ജ്ഞാനം നമ്മുടെ മനസ്സിനെ കാണിച്ചുതരുന്ന കണ്ണാടിയാണ്. ധ്യാനം ചെയ്യുംതോറും മനസ്സിലെ അഴുക്കുകൾ തുടച്ച് നീക്കപ്പെടും. നമ്മൾ ചെയ്യുന്ന ഓരോ പാപങ്ങളും മനസ്സിൽ കെട്ടിക്കിടക്കുന്ന അഴുക്കുകളാണ്. നമ്മളെ ആദരണീയനാക്കുന്നതും നിന്ദ്യനാക്കുന്നതും മനസ്സാണ്.

മടിയന്മാരാണ് കൂടുതലും രോഗത്തിന് അടിമകളാകുന്നത്. നിഷ്ക്രിയനാകുന്നതാണ് രോഗമുണ്ടാകാൻ പ്രധാനകാരണം. അതുകൊണ്ട് വെറുതെ ഇരിക്കാതെ കർമ്മങ്ങൾ ചെയ്യുക. ചെയ്യുന്ന കർമ്മങ്ങൾ നന്മയുള്ളതാവണം. ശ്രീരാമകൃഷ്ണപരമഹംസർ തൊണ്ടയിൽ അർബുദം വന്നിട്ടും തളരാതെ കർമ്മമണ്ഡലത്തിൽ തിളങ്ങിനിന്നു.

പ്രതിസന്ധികളിൽ പതറുകയും തളരുകയും സ്വാഭാവികമാണ്.മനോധൈര്യമുള്ള അർജ്ജുനൻപോ ലും കുരുക്ഷേത്രത്തിൽ ഒരു ഘട്ടത്തിൽ തളർന്നുവല്ലോ .

ഓരോരുത്തരും അവരവരുടെ അറിവും സാഹചര്യവുമനുസരിച്ച് തങ്ങളുടെ കർമ്മം ചെയ്യേണ്ടതാണ്.

യജ്ഞത്തിലെ നെയ്യാണ് മനസ്സ്. വിവേകമാണ് അതിൽ നിന്നുംലഭിക്കുന്ന പ്രസാദം .നദിക്ക് കുറുകെ അണക്കെട്ട് നിർമ്മിക്കുമ്പോൾ അത് ഒരു ശക്തിയാകുന്നപോലെ ചഞ്ചലമായ മനസ്സിനെ ഏകാഗ്രമാക്കുമ്പോൾ നമുക്ക് ഒരു പ്രത്യേക ശക്തി ലഭിക്കുന്നു. സജ്ജനസംസർഗ്ഗം ഉണ്ടായാൽ മാത്രമേ മനസ്സിനെ ഉയർത്താൻ കഴിയൂ.എന്നാൽ നമ്മൾ പലപ്പോഴും കച്ചവട മനസ്സോടെയാണ് പലതും വീക്ഷിക്കുന്നതും കാണുന്നതും വിലനിശ്ചയിക്കുന്നതും. ഒന്ന് മനസ്സിലാക്കുക മനുഷ്യൻ ഒരു മൺകുടത്തിന് സമാനമാണ്. എപ്പോൾ വേണമെങ്കിലും ഉടഞ്ഞു പോകാം.

പ്രലോഭനങ്ങൾക്ക് വഴങ്ങാത്തവനാണ് യഥാർത്ഥ യോഗി. കണ്ണു കാണുന്നവരാണ് കൂടുതലും വീഴുന്നത്. കണ്ണു കാണാത്തവർ വീഴുന്നില്ല. കാരണം കണ്ണു കാണാത്തവർ എപ്പോഴും ജാഗരൂകരായിരിക്കും. അതു കൊണ്ട് മനസ്സിലാക്കുക നമ്മുടെ എല്ലാ പ്രശ്നങ്ങൾക്കും പ്രധാന കാരണം ചാഞ്ചാടുന്ന മനസ്സു തന്നെയാണ്. ചഞ്ചലമനസ്സുള്ളവർക്ക് ഒരിക്കലുംസമാധാനം ഉണ്ടാകുകയില്ല.

ഉദ്ധരേദ് ആത്മനാത്മാനാം എന്ന് ഭഗവത്ഗീതയിൽ പറയുന്നുണ്ട്. അതായത്. ഒരാൾക്ക് ഉയരണമെങ്കിൽ അയാൾ ആശ്രയിക്കേണ്ടത് സ്വന്തം മനസ്സിനെയാണെന്നാണ്. അതുപോലെ ഒരാൾ അധ:പതിക്കുന്നതും മനസ് കാരണത്താൽ തന്നെയാണ്. മനസ് നിയന്ത്രിതമല്ലാതെയും ഏകാഗ്രതയില്ലാതെയും ശക്തിയില്ലാതെയും പ്രവർത്തിക്കുമ്പോൾ സംഭവിക്കുന്നത് അബദ്ധങ്ങൾ മാത്രമായിരിക്കും. അതെ മനസ്സ്തന്നെ എകാഗ്രവും ശക്തവും അചഞ്ചലവുമായാൽ നമ്മളെക്കൊണ്ട് സാധ്യമാവാത്തതായി യാതൊ

ന്നും തന്നെ ഉണ്ടാവുകയില്ല. ശാസ്ത്രജ്ഞന്മാരുടെ ഏകാഗ്രമായ മനസ്സിലാണ് ഇന്ന് നാം കാണുന്ന എല്ലാ കണ്ടെത്തലുകളുടെയും ആദ്യരൂപം ഉടലെടുത്തത്. അവർ സാധാരണ മനുഷ്യർ തന്നെയാണ്. കേവലം മനസ്സിനെ ഗൌരവത്തോടെ ഒരേ ദിശയിൽ സഞ്ചരിപ്പിച്ചതിനാൽ അവർ ശാസ്ത്രജ്ഞരായി മാറി.

ഇവിടെ നമ്മുടെ വിഷയം മനസ്സിനെ എങ്ങനെ നിയന്ത്രിക്കാം എന്നതാണ്. ആദ്യമായി ചെയ്യേണ്ടത്, ഞാൻ മനസ്സിനെ നിയന്ത്രിക്കാൻ ഒരുങ്ങുന്നു എന്ന് ചിന്തിക്കാതിരിക്കുക. പകരമായി ഞാൻ മനസ്സിനെ പരിപാലിക്കുവാനോ ശുശ്രൂഷിക്കാനോ ഒരുങ്ങുകയാണെന്നു ചിന്തിക്കുക. എന്തുകൊണ്ടെന്നാൽ നിയന്ത്രിക്കുന്നത് മനസ്സിന് ഇഷ്ടമല്ല. രണ്ടാമതായിശ്രദ്ധിക്കേണ്ടതെന്തെന്നാൽ മനസ്സിനെ പരിപാലിക്കുന്നതിനു മുമ്പ് മനസ്സിനെ അറിയണം. കുതിര എന്തെന്ന് അറിയാതെ കുതിരയെ നയിക്കാൻ സാദ്ധ്യമല്ലല്ലോ. നമ്മുടെ മനസ്സിന്റെ ഇഷ്ടാനിഷ്ടങ്ങൾ, വിചാര രീതികൾ, എന്നിവയെക്കുറിച്ച് അവബോധം ഉള്ളവരായിരിക്കണം നമ്മൾ.

മൂന്നാമതായി മനസിനെ നിയന്ത്രിക്കുക എന്നാൽ അതിനെ നിശ്ചലമാക്കുക എന്നല്ല. കുതിരവണ്ടി നിയന്ത്രിക്കുകയെന്നാൽ അതിനെ തളക്കൽ അല്ലല്ലോ, അതിനെ തനിക്കും മറ്റുള്ളവർക്കും ആസ്വാദ്യകരമാകുന്ന വിധം ചലിപ്പിക്കുക എന്ന് തന്നെയല്ലേ. ഇത് പോലെ മനസ്സിനെ തളക്കാൻ ശ്രമിക്കാതെ നല്ല ഫീലിങ്ങ്സ് ഉണ്ടാക്കുന്ന ചിന്തകളിലൂടെ അതിനെ നയിക്കുക. അപ്പോൾ ശാന്തിയും സ്നേഹവും ശക്തിയും ശുദ്ധിയും എല്ലാം തന്നിൽ നിറഞ്ഞിരിക്കുന്നുണ്ട് കണ്ടെത്താൻ കഴിയും. അതോടെ സാവധാനം മനസ്സ് ശന്തമാകുന്നതു കാണാം. ചിന്തകളുടെ എണ്ണം കുറച്ചാക്കുകയും, ഉണ്ടാക്കുന്ന ചിന്തകളിൽ കൂടുതൽ നേരം നിലനിൽക്കാൻ ശ്രമിക്കുകയും ചെയ്യുക. ഇത്തരത്തിൽ പരിശ്രമിച്ചു തുടങ്ങുകയാണെങ്കിൽ മനോ നിയന്ത്രണം എളുപ്പത്തിൽ സാദ്ധ്യമാകുന്നതാണ്. ഒരു തവണ ഏകാഗ്രതയുടെ ആനന്ദം നുകർന്നാൽ മനസ്സ് പിന്നീട് ആ അവസ്ഥയിലേക്ക് സ്വമേധയാ സഞ്ചരിക്കാൻ തുടങ്ങുകയും ചെയ്യും.

39

# ഭാവനാശക്തിയും ആത്മീയതയും

മനുഷ്യജീവിതത്തിന്റെ എല്ലാ തുറകളിലും ഭാവനയാണ് ജീവജലമായി പ്രവർത്തിക്കുന്നത്.

ഒന്ന് ആലോചിച്ചു നോക്കൂ

എല്ലാ ജീവികൾക്കും അമ്മയുണ്ട്, എന്നാൽ അമ്മയെന്ന മഹത്വത്തെ വാനോളം ഉയർത്തുന്നതിന് കാരണം അമ്മയോടുള്ള നമ്മുടെ ഭാവനയാണ്. ഭാവനയില്ലെങ്കിൽ സ്വന്തം ഭാര്യ എന്നത് വീട്ടിൽ ജീവിക്കുന്ന ഒരു സ്ത്രീ മാത്രമാകും. ഭാവന നശിച്ചാൽ currency നോട്ടുകൾ വെറും പേപ്പർ കഷ്ണം മാത്രമാകും. ഭാവനയില്ലെങ്കിൽ പതാകയ്ക്ക് വീര്യം ഉണ്ടാകില്ല, അതെല്ലാം വെറും പല നിറമുള്ള തുണികൾ മാത്രമാകും. എന്നാൽ ഈ ഭാവനാതലത്തിന് വൈറസ് ബാധിച്ച ഒരു കാലഘട്ടത്തിലാണ് നമ്മൾ ജീവിക്കുന്നത്. അതുകൊണ്ടു തന്നെയാണ് മനുഷ്യന് ജീവിതത്തിൽ ഒരുപാട് പ്രശ്നങ്ങൾ വന്നുചേരുന്നതും.

മനുഷ്യരും മൃഗങ്ങളും തമ്മിലുള്ള പ്രധാന വിത്യാസം, മനുഷ്യന് വളർന്ന് വികസിക്കാൻ കഴിവുള്ള ഒരു മനസ്സുണ്ടെന്നുള്ളതാണ്. എന്നാൽ ആ മനസ് കൊണ്ട് തന്നെയാണ് മനുഷ്യർ ഒരുപാട് ബുദ്ധിമുട്ടുന്നതും.

ഇതിനു ഒരു ഉദാഹരണം പറയുകയാണെങ്കിൽ യൂസർമാന്വൽ പഠിക്കാതെ ഒരു കോംപ്ലിക്കേറ്റഡ് മെഷിൻ ഉപയോ ഗിക്കാൻ ശ്രമിക്കുമ്പോൾ ഉണ്ടാ കുന്ന അസ്വസ്ഥത തന്നെ. അതിനാലാണ് മനസിനെ നിയന്ത്രിക്കാ ൻ മനുഷ്യന് ആധ്യാത്മികത എന്ന ശാസ്ത്രം കൈമുതലായി വേണമെന്ന് പറയുന്നതും. പക്ഷെ ആധ്യാത്മികത ഇന്ന് കാര്യസാധ്യത്തിനായുള്ള അത്ഭുതമന്ത്രമാ ണെന്നാണ് പലരുടേയും ധാരണ. ഇതു ചെയ്താൽ ഇത് കിട്ടും എന്ന

വിധത്തിൽ ഈശ്വരനുമായി കൊടുക്കൽ വാങ്ങൽ നടത്തുന്ന ഒരു സംവിധാനമായിട്ടാണ് പലരും ആധ്യത്മികതയെ കാണുന്നത്. ഇനിയെങ്കിലും ആത്മീയതയെ അത്ഭുതങ്ങൾ കാണിക്കുന്ന ഒരു പാതയായി കാണാതെ മനുഷ്യനെ യഥാർത്ഥ മനുഷ്യനാക്കുന്ന ശാസ്ത്രമായി കാണേണ്ടതാണ്. അല്ലാത്തപക്ഷം കാലഹരണപ്പെടുന്ന ആത്മീയമൂല്യങ്ങളും പ്രാകൃതമായ വിശ്വാസങ്ങളും പേറി ജീവിക്കേണ്ട അവസ്ഥയായിരിക്കും മനുഷ്യസമൂഹത്തിനു വന്നു ചേരുക. ഈ ഗതി വരാതിരിക്കുവാൻ നമുക്കൊരുമിച്ചു യത്നിക്കാം.

40

# ആരാണു നല്ല സുഹൃത്ത്?

സർവ്വഥാ സുകുരം മിത്രം
ദുഷ്കരം പരിപാലനം
അനിത്യത്വാം ച ചിത്താനാം
പ്രീതിരല്പേ പിഭിദ്യതേ

മുകളിൽ കൊടുത്ത വരികൾ വാല്മീകി രാമായണത്തിലുള്ളതാണ്. അതിന്റെ അർത്ഥം - മിത്രത്തെ കിട്ടുവാൻ എളുപ്പമാണ്. എന്നാൽ മിത്രപരിപാലനം ഏറെ ദുഷ്കരവുമാണ്. അസ്ഥിരമായ മനസ്സ് നിസ്സാര കാരണത്താൽ മുഷിയുന്നു. വാഗ്ദാനപ്രകാരം സീതാന്വേഷണത്തിനു മുതിരാതെ രാഗലോലുപനായി കഴിയുന്ന സുഗ്രീവനെ, പ്രതിജ്ഞാകാര്യം ഓർമ്മിപ്പിക്കുവാനായി ശ്രീരാമസ്വാമി ലക്ഷ്മണനെ അയച്ചു. ഇതറിഞ്ഞ സുഗ്രീവൻ ഭയാക്രാന്തനായി പറഞ്ഞ വാക്കുകളാണിവ.

ആത്മസുഹൃത്തുക്കൾ എന്നാൽ അത്യാവശ്യ സമയത്ത് ഓടിയെത്തുന്നവരും, ആഹ്ലാദങ്ങളും ആശങ്കകളും പങ്കിടുന്നവരും കുറവുകൾ ചൂണ്ടിക്കാണിക്കുന്നവരും, തെറ്റുകൾ പൊറുക്കുവാൻ സന്മനസ്സുള്ളവരുമായിരിക്കും.

നീണ്ട ജീവിതയാത്രയ്ക്കിടയിൽ യാദൃച്ഛികമായി അവർ നമ്മുടെ ജീവിതത്തിലേയ്ക്ക് വരുന്നു.

അതിൽ ചിലരോട് അകാരണമായി കടുതൽ അടുക്കുന്നു. എന്നാൽ എന്നും കൂടെ ഉണ്ടാകുമെന്ന് കരുതിയവരിൽ ചിലർ അപ്രത്യക്ഷമായി വേർപിരിയുന്നു.

ഒന്ന് ആലോചിച്ചു നോക്കൂ! എത്ര എത്ര സമാഗമങ്ങൾ !!! എത്ര യെത്ര വേർപിരിയലുകൾ !!! എല്ലാം യാദൃച്ഛികതയുടെ പുനരാവർത്തനങ്ങളാണ്.

മഹാഭാരതത്തിൽ "പൂജനി" എന്ന ശുകത്തോട് ബ്രഹ്മദത്തൻ എന്ന സത്യാന്വേഷി പറയുന്നുണ്ട് "സ്വാർത്ഥതയുടെ ചൂടേറ്റ് ഉരുകാത്ത സ്നേഹം ഇല്ലെന്നും സഹോദരബന്ധങ്ങൾ എപ്പോഴും എല്ലാവർക്കും സുദൃഢമാകണമെന്നില്ലെന്നും, സഹോദരബന്ധങ്ങളിൽ സുഹൃദ് ബന്ധങ്ങളിലില്ലാത്ത സാമ്പത്തിക ചരടുകൾ ഉണ്ടാകുമെന്നും അതുകൊണ്ടുതന്നെ സ്നേഹം സ്വാർത്ഥതയുടെ ചൂടിൽ ഉരുകിയെന്നിരിക്കും. എത്ര സ്നേഹത്തോടെ കഴിഞ്ഞിരുന്ന സഹോദരങ്ങൾ വസ്തുവകകൾ വിഭജിക്കുന്നതോടെ നിതാന്ത ശത്രുക്കളായി മാറിയ അനുഭവങ്ങൾ നമുക്ക് ഏവർക്കും അറിയാവുന്നതാണ്.

എങ്കിലും Blood is thicker than water എന്ന തത്ത്വപ്രകാരം സഹോദരബന്ധം ഉത്കൃഷ്ടം തന്നെ.

ഇഷ്ടം പറയുന്നവരെല്ലാം മിത്രങ്ങളല്ല. ഈ സന്ദർഭത്തിൽ എഴുത്തച്ഛന്റെ വരികൾ ഓർമ്മ വരുന്നു.

"ഇഷ്ടം പറയുന്ന മിത്രങ്ങളാരുമേ കഷ്ടകാലത്തിങ്കലില്ലെന്നു നിർണ്ണയം"

ദു:ഖങ്ങൾ, പ്രതിസന്ധികൾ ഒക്കെ ഉത്തമ സുഹൃത്തിനെയും പുറംപൂച്ചുകാരെയും വേർതിരിക്കുന്ന ഫിൽട്ടറുകളാണ്.

ഒരു നല്ല സുഹൃത്തിന് പ്രധാനപ്പെട്ട ആറു ഗുണങ്ങളുണ്ടായിരിക്കണം. ഒരു ആത്മാർത്ഥ സ്നേഹിതൻ നമ്മെ തെറ്റു ചെയ്യുന്നതിൽനിന്നും അകറ്റുകയും നന്മ ചെയ്യാൻ പ്രേരിപ്പിക്കുകയും ചെയ്യും. രഹസ്യങ്ങൾ രഹസ്യങ്ങളായിത്തന്നെ മറച്ചു വെയ്ക്കണം. എന്നാൽ സൽഗുണങ്ങൾ മറ്റുള്ളവരുടെ മുമ്പിൽ പ്രകടമാക്കുകയും ചെയ്യുന്നു. ഒരിക്കലും ഉത്തമ സുഹൃത്ത് ആപത്തു സമയത്ത് നമ്മേ ഉപേക്ഷിക്കുകയില്ല. മാത്രമല്ല വേണ്ട സമയത്ത് ആവശ്യം കണ്ടറിഞ്ഞ് സഹായിക്കുകയും ചെയ്യും.

വിദ്യയാണ് നമ്മുടെ ജീവിതയാത്രയിലെ പ്രധാന മിത്രം.

ഭാര്യ ഗ്രഹത്തിലെ മിത്രമാണ്. രോഗിക്ക് ഔഷധമാണ് മിത്രം. എന്നാൽ മരിച്ചു പോയ വ്യക്തിക്ക് ആ വ്യക്തി ജീവിച്ചിരുന്നപ്പോൾ ചെയ്ത ധർമ്മ പ്രവർത്തികളാണ് മിത്രങ്ങൾ.

അന്യനാണെങ്കിലും ഹിതം അനുഷ്ഠിക്കുന്നവനും, ഉപകാരം ചെയ്യുന്നവനും ബന്ധുവാണ്. എന്നാൽ ബന്ധമുണ്ടെങ്കിലും ദോഷം പ്രവർത്തിക്കുന്നവനെ അന്യനായിതന്നെ കാണുക. നമ്മുടെ നന്മയ്ക്കുതകുന്നത് നാം അപേക്ഷിക്കാതെയും പ്രത്യുപകാരമൊന്നും പ്രതീക്ഷിക്കാതെയും ആരു ചെയ്യുന്നുവോ, അവനാണ്

നമ്മുടെ ഉത്തമ ബന്ധു അഥവാ ആത്മസുഹൃത്ത്. അയാൾ ചിലപ്പോൾ അന്യനോ അപരിചിതനോ ആയേക്കാം. എങ്കിലും ആ വ്യക്തിയെ നമ്മൾ ഉത്തമബന്ധുവായി തന്നെ കണക്കാക്കണം.

You tell me your friends, then I will tell you what you are എന്നൊരു ചൊല്ലുണ്ട്. ഒരാളുടെ സ്വഭാവമറിയാൻ അയാളുടെ സുഹൃത്തുക്കൾ ആരൊക്കെ എന്നറിഞ്ഞാൽ മതി. അതുകൊണ്ട് സുഹൃത്തിനെ തെരഞ്ഞെടുക്കുമ്പോൾ വളരെ സൂക്ഷിക്കണം.

എങ്ങിനെയും ജയിക്കണം എന്ന് മാത്രം ചിന്തിച്ച് തിരക്കുപിടിച്ചു മുന്നേറുന്ന ഇന്നത്തെ സമൂഹത്തിൽ ബന്ധങ്ങളും മമതകളും വെറും ഒരു ചടങ്ങു മാത്രമാണ്. അച്ഛനും മക്കളും തമ്മിലും, ഭാര്യയും ഭർത്താവും തമ്മിലും ഗുരുവും ശിഷ്യനും തമ്മിലും ഡോക്ടറും രോഗിയും തമ്മിലുള്ളതും എല്ലാം ധനാധിഷ്ഠിതമായ ബന്ധങ്ങൾ മാത്രമായി തീർന്നിരിക്കുകയാണ്.

ഈ അവസരത്തിൽ ക്രിസ്തു ദേവൻ പറഞ്ഞ ഒരു തത്വം ഓർമ്മയിൽ വരുന്നു.

സകല ദ്രവ്യാഗ്രഹങ്ങളിൽ നിന്നും അകന്നിരിക്കുക. മനുഷ്യജീവിതം സമ്പത്തുകൊണ്ടല്ല, സ്നേഹവും സൗഹൃദവും കൊണ്ടാണ് ധന്യമാകുന്നത്.

41

# മാനസിക പിരിമുറുക്കം

അമിതമായ ഉൽകണ്ഠയുടെയും അതിവേഗത്തിന്റെ ആധുനിക നാഗരികതയുടെയും ഏറ്റവും വലിയ സംഭാവനയാണ് മാനസിക സമ്മർദ്ദം. മനോരോഗികളുടെ വർദ്ധനവിനും ഇതൊക്കെത്ത ന്നെയാണ് പ്രധാന കാരണങ്ങൾ. അടക്കാനാകാത്ത ആസക്തിയും അത്യാഗ്രഹവും ഇക്കാലത്തെ മനുഷ്യരുടെ മുഖമുദ്രയായി മാറി കഴിഞ്ഞിരിക്കുന്നു. പ്രതീക്ഷകൾ സാധിച്ചുകഴിഞ്ഞാൽ പ്രതീക്ഷിച്ചതു പോലെ സുഖമുണ്ടാവുകയില്ല.

മാത്രവുമല്ല അടുത്ത പ്രതീക്ഷ യിൽ മനസ്സ് മുങ്ങുന്നു. ഒന്നു മനസ്സിലാക്കുക! പ്രതീക്ഷകൾ സാധിച്ചു കഴിഞ്ഞാൽ പ്രതീക്ഷ അമിത പ്രതീക്ഷയാകാതെ, ആഗ്രഹം അത്യാഗ്രഹമായി മാറാതെ ശ്രദ്ധിച്ചാൽ ഒരു പരിധിവരെ ജീവിതത്തിൽ ടെൻഷൻ ഒഴിവാക്കാം. നഴ്സറിപ്രായം മുതൽ മത്സരാധിഷ്ഠിതമാണ് നമ്മുടെയെല്ലാം ജീവിതം. സഹപാഠികളേക്കാൾ മാർക്ക് കൂടുതൽ വാങ്ങണമെന്ന മത്സരബുദ്ധി ബാല്യകാലത്തു തന്നെ ആരംഭിക്കുന്നു. മാത്രമല്ല കലാരംഗത്തും ഇത്തരം മത്സര ങ്ങൾ നാം വളർത്തുന്നു. നമ്മുടെ കുട്ടികളെ നമ്മെക്കാളും കേമന്മാ

രാക്കണമെന്ന ചിന്താഗതി നല്ലതു തന്നെ. പക്ഷെ അതിന്റെ പേരിൽ വൈരാഗ്യബുദ്ധി ഉണ്ടാകാതിരിക്കാൻ നോക്കണം. ഇന്ന് 50 വയസ്സു കഴിഞ്ഞ പലരുടേയും ബാല്യകാലം കഷ്ടപ്പാടുകളും ഒരു പരിധി വരെ പട്ടിണിയും നിറഞ്ഞതായിരുന്നു. പക്ഷെ അവർക്ക് അവരുടെ മാതാപിതാക്കന്മാരോട് ഉണ്ടായിരുന്ന സ്നേഹവും ബഹുമാനവും ഇന്നത്തെ complan baby മാർക്ക് അവരുടെ മാതാപിതാക്ക ന്മാരോട് ഇല്ല എന്ന സത്യം മറച്ചു വെക്കാൻ കഴിയില്ല.

ഓക്സ്ഫോർഡ് യൂണിവേഴ്സിറ്റിയിലെ റാങ്ക് ഹോൾഡേ

ഴ്സിന്റെ തുടർജീവിതത്തെക്കുറിച്ച് മനസ്സിലാക്കിയപ്പോൾ അവരിൽ ഭൂരിഭാഗവും ആത്മഹത്യാ പ്രവണതയുള്ളവരും മയക്കുമരുന്നിന് അടിമകളായവരുമായി മാറിയതായി മനസ്സിലാക്കാൻ കഴിഞ്ഞു.ഇതിൽനിന്നും ഒരു കാര്യം വ്യക്തമായി.

I.Q (Intelligence Quotient) അല്ല E.Q (Emotional Quotient) ആണ് ഓരോ വ്യക്തിയുടെയും ഉയർച്ചയും വീഴ്ച്ചയും തീരുമാനിക്കുന്നത് എന്ന്. മത്സരാധിഷ്ഠിത വ്യവസ്ഥിതിയും വ്യക്തിബന്ധങ്ങളിലുള്ള ഊഷ്മളതക്കുറവും ഒക്കെ ടെൻഷൻ വർദ്ധിക്കാനുള്ള കാരണങ്ങളാണ്. പണ്ട് ബി.പി എന്നൊരു അസുഖത്തെപ്പറ്റി കേട്ടിട്ടേ ഉണ്ടായിരുന്നില്ല. എന്നാൽ ഇപ്പോൾ ബി.പി ഇല്ലാത്ത ആളുകൾ ചുരുക്കമാണ്. ഊഷ്മളമായ കുടുംബബന്ധം, സുഹൃദ് വലയം,വിനോദം, ആവശ്യത്തിന് വിശ്രമം, വ്യായാമം, സമീകൃതാഹാരം ഒക്കെ മനസ്സിനു അയവു കിട്ടാൻ സഹായിക്കും. യോഗ, ധ്യാനം, പ്രാണായാമം, ക്ഷേത്രദർശനം, തുടങ്ങിയവ മാനസിക പിരിമുറുക്കം ഒഴിവാക്കും. ഒന്ന് മനസ്സിലാക്കുക!

ജീവിതത്തിൽ ഉത്കണ്ഠ ഒഴിവാക്കാനാവില്ല. എത് നിസ്സാര കാര്യത്തിലും അതിന്റെ ചീത്ത വശം മാത്രം ആലോചിക്കുന്നവർക്ക് ടെൻഷൻ ഒഴിവാക്കാനാവില്ല. മക്കൾ സ്കൂളിൽ നിന്നും വരാൻ അല്പം വൈകിയാൽ വഴിയിൽ വല്ല ആപത്തും സംഭവിച്ചോ എന്ന ആധിയായി മാതാപിതാക്കൾക്ക്.

അതുപോലെതന്നെ ടെലിഫോൺ ബെല്ലടിച്ചാൻ വല്ല ദുരന്ത വാർത്ത അറിയിക്കാനുള്ള കോൾ ആണോ എന്ന് വിചാരിച്ച് പേടിക്കുന്നവരേയും സമൂഹത്തിൽ ധാരാളമായി കാണാൻ കഴിയും. വലിഞ്ഞുമുറുകിയ റബർബാൻഡ് പോലെ ടെൻഷൻ കൊണ്ട് പൊട്ടിത്തെറിക്കാറായ ഒരു മനുഷ്യ സമൂഹം! സമൂഹമനസ്സ് പുരോഗമിച്ചു കൊണ്ടിരിക്കുമ്പോഴും വ്യക്തിയുടെ മനസ്സ് അശാന്തിയിലേക്കു കുതിച്ചു കൊണ്ടേയിരിക്കുകയാണ്. ഈ ഭീതിയിൽ, മനസ്സിന്റെ സമനില എങ്ങിനെ വീണ്ടെടുക്കാം? സംതൃപ്തി ഇല്ലായ്മ, സന്തോഷകുറവ്, വർദ്ധിച്ചുവരുന്ന ആവശ്യങ്ങൾ, ഒക്കെ നമ്മുടെ ചിരിക്കാനുള്ള കഴിവുകൂടി നഷ്ടപ്പെടുത്തുകയാണ്. നമുക്ക് ലഭിക്കുന്നതിൽ സന്തോഷിക്കാതെ അന്യനു ലഭിക്കുന്നതു കണ്ട് അസൂയപ്പെടുന്ന മനോഭാവം ആധുനികതയുടെ മുഖമുദ്രയായി മാറിക്കഴിഞ്ഞു. പണ്ടുള്ളവർക്ക് ബാങ്ക് ബാലൻസ് കുറവാണെങ്കിലും വാടാത്ത മുഖവും മൂടിയില്ലാത്ത മനസ്സും ഉണ്ടായിരുന്നു. അവർ ഹൃദയം തുറന്നു ചിരിച്ചിരുന്നു.

ഒരു ഗ്ലാസ്സ് ചായ ആറ്റികുടിക്കാൻ പോലും ഇന്നത്തെ തലമുറയ്ക്ക് സമയമില്ല. പണമാണ് ഏറ്റവും വിലപ്പെട്ടതെന്ന് കരുതുന്ന സമൂഹം! സ്നേഹവും സൗഹൃദവും മറന്നു പോയ സമൂഹം.

ശരീര മനസ്സുകൾക്ക് വിശ്രമം ആവശ്യമാണ്. താളം തെറ്റിയ മനസ്സുകൾക്കും വലിഞ്ഞു മുറുകിയപേശികൾക്കും വിശ്രമം ഗുണകരമായ മാറ്റം വരുത്തും.

ഇന്ദ്രിയ സുഖാനുഭൂതിയിൽ അമിതാവേശം കാട്ടാതെ സത്യധർമ്മങ്ങളെ മുറുകെ പിടിച്ച് മറക്കാനും പൊറുക്കാനും തയ്യാറായി ഉള്ളതുകൊണ്ട് സംതൃപ്തനും വിനയാന്വിതനുമായി, സദാചാരനിഷ്ഠനായി ജീവിക്കുന്ന ആരേയും ഒരു രോഗത്തിനും കീഴ്പ്പെടുത്താനാവില്ല എന്ന് ആയുർവേദാചാര്യനായ ചരകൻ പറഞ്ഞിട്ടുണ്ട്.

42

# പ്രളയം വിതച്ചത് പ്രണയമോ?

ദൈവത്തിന്റെ സ്വന്തം നാട് എന്ന് കേരളത്തെ വിശേഷിപ്പിച്ച തിന്റെ പൊരുൾ ഇപ്പോൾ മനസ്സിലായി. ഇക്കഴിഞ്ഞ പ്രളയകാല ത്ത് ദൈവങ്ങൾ കരയിലും കായലിലും കടലിലും തീരത്തും മല യിലും മലയിടിച്ചിലിലും ആകാശത്തും വിമാനത്തിലും ബോട്ടിലും വള്ളത്തിലുമൊക്കെയായി കറങ്ങി നടക്കുകയായിരുന്നു.

അഭയാർത്ഥി ക്യാമ്പിൽ നിന്നും സ്വന്തം വീട് തുറക്കാൻ വന്ന ഒരു വ്യക്തി ഇങ്ങനെ വിളിച്ചു പറയുന്നത് കേട്ടു: ക്യാമ്പിൽ ഞങ്ങൾ ഒരുപാട് സന്തോഷിച്ചു.ഒരേ സ്നേഹം ഒരേ സങ്കടം ഒരേ ഭക്ഷണം ഒരേ തണുപ്പ് ഒരേ കരച്ചിൽ ഒരേ ആശ്വാസം. കൂടെ ഉള്ള എല്ലാവരുടെയും മനസ്സിൽ ദൈവം ഉണ്ടെന്ന് കണ്ടറിഞ്ഞ ആ അപൂർവ്വ നിമിഷങ്ങൾ..

വെള്ളം വിഴുങ്ങി കളഞ്ഞ വീടിന്റെ ഉമ്മറത്ത് നിന്ന് സ്വന്തം അമ്മ നിലവിളിച്ചു കരയുന്നത് കണ്ട ഒരു മകൻ ഇങ്ങനെ കുറി ച്ചു. 'നിലവിളിക്കുന്ന അമ്മയെ കണ്ട് എന്റെ കണ്ണിൽ പ്രളയമായി. ഒരിക്കലും കരഞ്ഞു കണ്ടിട്ടില്ലാ ത്ത എന്റെ അമ്മയെ പ്രളയം കര യുവാനും പഠിപ്പിച്ചു'

പതിനഞ്ചു പേരെ വഹിച്ചു കൊണ്ട് രണ്ടു മീൻ പിടുത്തക്കാർ അവരുടെ വഞ്ചി കരയിലെക്ക് പായിച്ചപ്പോൾ കുത്തൊഴുക്ക് കണ്ടു ഭയന്ന് നിലവിളിച്ച സഹോദ രിമാരോട് അവർ പറഞ്ഞു: 'ഞങ്ങൾ ഇതിനകത്തുള്ളപ്പോൾ നിങ്ങളാരും ഒട്ടും ഭയപ്പെടേണ്ട. ഇതൊക്കെ ഞങ്ങൾ കുറെ കണ്ട താണ്' 'മീൻ പിടുത്തക്കാരെ, നിങ്ങളെ ഞങ്ങൾ മനുഷ്യരെ പിടി ക്കുന്നവരാക്കും' എന്ന വാക്യ മൊക്കെ പറഞ്ഞത് ഇപ്പോൾ വെറു തെ ഓർത്തു രസമാകുന്നു.

ക്യാമ്പ് സന്ദർശിക്കാൻ വന്ന കളക്ടറോട് "ചേട്ടാ കുറച്ചു ഉപ്പെ

ടുത്തു തരോ? " എന്ന് ചോദിച്ച കൊച്ചു പയ്യനും അവന്റെ ഇലയിലേക്ക് ഉപ്പും നമ്മുടെ ഉള്ളിലേക്ക് സ്നേഹവും വിതറിയിട്ടു ചിരിച്ചു നടക്കുന്ന ഒരു കളക്ടറേയും കണ്ടപ്പോൾ കരഞ്ഞു കൊണ്ട് ചിരിച്ചതോർത്തുപോയി.

മുഖം നിറയെ കണ്ണീരും അകം നിറയെ പ്രാർത്ഥനയും വയറിനകത്തു ഒരു ജീവനെയും വഹിച്ചു കാത്തു നിന്ന ഒരു സ്ത്രീയെ ആകാശമാർഗം വന്നു ആശുപത്രിയിൽ എത്തിക്കുകയും സുഖപ്രസവത്തിനു ഇടമൊരുക്കുകയും ചെയ്ത ഒരു പട്ടാളക്കാരൻ. അതിർത്തിക്ക് മാത്രമല്ല ഉദരത്തിനും കൂടി കാവലേർപ്പെടുത്തുന്നവർ!...

ഓഖിയുടെ പ്രഹരമുദ്ര മനസ്സിൽ നിന്നും മാഞ്ഞിട്ടില്ലെങ്കിലും ഹൃദയത്തിൽ മായാത്ത സ്നേഹമുദ്ര പതിപ്പിച്ച കടലിന്റെ മക്കൾ വള്ളം വജ്രായുധമാക്കിയാണ് ജലത്തോടും പ്രളയത്തോടും പടവെട്ടിക്കയറിയത്.

മേരിയും ആമിനായും ദേവികയും ഒരുമിച്ചിരുന്നു പ്രാർത്ഥിച്ചപ്പോൾ ദൈവത്തിനു പോലും കണ്ണ് നിറഞ്ഞുകാണും. ഒരു കാര്യം ഉറപ്പാണ്. പ്രാർത്ഥന കേട്ടത് കൊണ്ട് മാത്രമല്ല ദൈവം ശാന്തത നൽകിയത്. മനുഷ്യൻ മനുഷ്യനെ സ്വയം മറന്നു സ്നേഹിക്കുന്ന ആ അപൂർവ്വ കാഴ്ച കണ്ടതുകൊണ്ടാണ്. ദൈവത്തിന്റെ ആഗ്രഹവും അതു തന്നെയായിരുന്നു. പ്രപഞ്ചം മുഴുവനും പടർന്നിടേണ്ട ഒരു പ്രണയകാലം!

ചിലർക്കെങ്കിലും പ്രളയജലത്തോടൊപ്പം പ്രിയം നിറഞ്ഞവരുടെ കണ്ണീർപ്രളയം തടയാൻ മനുഷ്യർ സർവ്വവും മറന്നു പാടുപെട്ടത് കണ്ടപ്പോൾ നെഞ്ചിനകത്തെ സംതൃപ്തിക്കൊപ്പം ഒരു ചോദ്യം ബാക്കി നിന്നിട്ടുണ്ടാവാം.

ഇത്രയധികം സ്നേഹമോ, ഇത്രയധികം നന്മയോ നമ്മുടെയൊക്കെ ഉള്ളിൽ...

സത്യമാണ്. ജലം കൊണ്ടുവന്നത് ചേറാണ്.. ചെളിയാണ്. ദുരന്തമാണ്. പക്ഷെ ആ ചേറിൽ. ചെളിയിൽ. കാലു കുത്തിനിൽക്കുന്ന നമ്മുടെയൊക്കെ നെഞ്ചിൽ വേര് പിടിക്കുന്നത് സ്നേഹമാണ്, മനുഷ്യത്വമാണ്.

ഒറ്റപെട്ടു പോയവരെ തിരഞ്ഞു നടന്ന നമ്മുടെ കണ്ണിലും നിലവിളികൾക്കു കാതോർത്തു നടന്ന നമ്മുടെ കാതിലും ആശ്വസിപ്പിക്കാൻ അക്ഷരങ്ങൾ ഒരുക്കിയ നമ്മുടെ നാവിലും മഴക്കാറ് പിടിച്ച മാനത്തിന് മീതെ വരച്ച മഴവില്ലുപോലുള്ള നമ്മുടെയൊക്കെ

ചെറുചിരികൾക്കും പ്രണയത്തിന്റെ പ്രഭയാണ്.

അതു കൊണ്ടു തന്നെ പറയുന്നു; പ്രകൃതീ, നീ വിതച്ചത് പ്രളയമാണെങ്കിലും ഞങ്ങൾ കൊയ്തത് പ്രണയമാണ്.

43

# മനസ്സ് അനുഭവങ്ങളുടെ ഇരിപ്പിടം

മനുഷ്യർ തന്റെ ജീവിതത്തിൽ സുഖവും ദുഃഖവും സ്നേഹവും വെറുപ്പും ഉത്സാഹവും നിരാശയും എല്ലാം മാറിമാറി അനുഭവിക്കുന്നു. ഈ അനുഭവങ്ങൾ ഏതെങ്കിലും ശാരീരികാവയവങ്ങളിൽ നിന്ന് ഉണ്ടാകുന്നതല്ല. മനസ്സ് എന്ന ആന്തരീക അവയവമാണ് ഈ അനുഭവങ്ങളുടെ ഇരിപ്പിടം. മനസ്സ് ഒരു ആന്തരിക അവയവമാണെന്നു പറയാൻ കാരണമുണ്ട്. രാജ യോഗജ്ഞാനത്തിൽ മനസ്സിനെ ആത്മാവിന്റെ അവയവമായിട്ടാണ് വിവരിക്കപ്പെടുന്നത്. അവയവം എന്ന് പറയുന്നു എന്നെ ഉള്ളൂ, അനുയോജ്യമായ മറ്റു പദങ്ങൾ ഇല്ലാത്തതിനാൽ നമുക്കും അങ്ങനെത്തന്നെ പറയാം

'ഉദ്ധരേദ് ആത്മനാത്മാനാം' എന്ന് ഭഗവത്ഗീതയിൽ പറയുന്നുണ്ട്. അതായത് ഒരാൾക്ക് അഭിവൃദ്ധി ഉണ്ടാകണമെങ്കിൽ അയാൾ ആശ്രയിക്കേണ്ടത് തന്റെ സ്വന്തം മനസ്സിനെയാണ്. അതുപോലെത്തന്നെ ഒരാൾ അധ:പതിക്കുന്നതും അയാളുടെ മനസ്സ് കാരണത്താൽ മാത്രമായിരിക്കും. അബദ്ധങ്ങൾ സംഭവിക്കുന്നത് മനസ്സ് നിയന്ത്രിതമല്ലാതെയും ഏകാഗ്രതയില്ലാതെയും ശക്തിയില്ലാതെയും പ്രവർത്തിക്കുമ്പോഴാണ്.

ശാസ്ത്രജ്ഞന്മാർക്ക് ഏകാഗ്രമായ മനസ്സ് ഉള്ളതുകൊണ്ടാണ് അവർക്ക് പുതിയ കണ്ടുപിടുത്തങ്ങളിൽ എത്തിച്ചേരാൻ കഴിയുന്നത്. അവരും സാധാരണ മനുഷ്യർ തന്നെയാണ്. കേവലം മനസ്സിനെ ഗൗരവത്തോടെ ഒരേ ദിശയിൽ സഞ്ചരിപ്പിച്ചതിനാൽ അവർക്ക് പുതിയ പുതിയ കണ്ടുപിടുത്തങ്ങളിൽ എത്തിച്ചേരാൻ കഴിഞ്ഞു എന്നു മാത്രം.

## മനസ്സിനെ എങ്ങിനെ പരിപാലിക്കാം

ആദ്യമായി ചെയ്യേണ്ടത്, നമ്മൾ മനസ്സിനെ നിയന്ത്രിക്കാൻ ഒരുങ്ങുന്നു എന്ന് ചിന്തിക്കാതിരിക്കുക. പകരം നമ്മൾ മനസ്സിനെ പരിപാലിക്കുവാനോ ശുശ്രൂഷിക്കുവാനോ ഒരുങ്ങുകയാണെന്നു ചിന്തിക്കുക. എന്തു കൊണ്ടെന്നാൽ നിയന്ത്രിക്കുന്നത് മനസ്സിന് ഇഷ്ടമല്ല. രണ്ടാമതായി ശ്രദ്ധിക്കേണ്ടതെന്തെന്നാൽ മനസ്സിനെ പരിപാലിക്കുന്നതിനുമുമ്പ് മനസ്സിനെ അറിയുക എന്നതാണ്. അത് എപ്രകാരമാണന്ന് വെച്ചാൽ കുതിര എന്തെന്ന് അറിയാതെ കുതിരയെ നിയന്ത്രിക്കാൻ സാദ്ധ്യമല്ലല്ലോ. നമ്മുടെ മനസ്സിന്റെ ഇഷ്ടാനിഷ്ടങ്ങൾ, വിചാരരീതികൾ, എന്നിവയെക്കുറിച്ച് നമ്മൾ അവബോധം ഉള്ളവരായിരിക്കണം. മൂന്നാമതായി അറിയേണ്ട പ്രധാനകാര്യം മനസ്സിനെ തളക്കുക എന്നാൽ അതിനെ നിശ്ചലമാക്കുക എന്നല്ല. അതായത് കുതിര വണ്ടി നിയന്ത്രിക്കുകയെന്നാൽ അതിനെ തളയ്ക്കൽ അല്ലല്ലോ, അതിനെ തനിക്കും മറ്റുള്ളവർക്കും ആസ്വാദ്യകരമാകുന്ന വിധം ചലിപ്പിക്കുക എന്നു തന്നെയല്ലേ! അതുപോലെ മനസ്സിനെ തളക്കാൻ ശ്രമിക്കാതെ നല്ല ഫീലിങ്ങ്സ് ഉണ്ടാക്കുന്ന ചിന്തകളിലൂടെ അതിനെ നയിക്കുക. ശാന്തിയും സ്നേഹവും ശക്തിയും ശുദ്ധിയും എല്ലാം നമ്മളിൽ നിറഞ്ഞിരിക്കുന്നുണ്ട്. എന്നാൽ അതിനെ കണ്ടെത്താൻ നമ്മൾ ശ്രമിക്കുകയാണ് വേണ്ടത്. അങ്ങിനെ ശ്രമിക്കുമ്പോൾ സാവധാനം മനസ്സ് ശന്തമാകുന്നതു കാണാം.

ചിന്തകളുടെഎണ്ണം കുറച്ചാക്കുകയും, ഉണ്ടാക്കുന്ന ചിന്തകളിൽ കൂടുതൽ നേരം നിലനിൽക്കാൻ ശ്രമിക്കുകയും ചെയ്യുക. ഇത്തരത്തിൽ പരിശ്രമിച്ചുതുടങ്ങുകയാണെങ്കിൽ മനോനിയന്ത്രണം എളുപ്പത്തിൽ സാദ്ധ്യമാകുന്നതാണ്.

ഒരു തവണ ഏകാഗ്രതയുടെ ആനന്ദം നുകർന്നാൽ മനസ്സ് പിന്നീട് ആ അവസ്ഥയിലേക്ക് സ്വമേധയാ സഞ്ചരിക്കാൻ തുടങ്ങും.

44

# കാവുകൾ, ആൽമരങ്ങൾ, കുളങ്ങൾ എന്നിവയുടെ മഹത്വം

വൃക്ഷങ്ങൾ,പർവ്വതങ്ങൾ,നദികൾ ഇവയിലൊക്കെ ഈശ്വരചൈതന്യം ഉള്ളതുകൊണ്ടായിരിക്കാം ഇവയെ ആരാധിക്കുവാൻ ഋഷി വര്യന്മാർ നമ്മെ ഉപദേശിച്ചത്. ഭൂമി, സൂര്യൻ, ചന്ദ്രൻ, മറ്റ് ഗ്രഹങ്ങൾ, വൃക്ഷങ്ങൾ, പർവ്വതങ്ങൾ, വായു, അഗ്നി അങ്ങനെ എല്ലാം നമുക്ക് ദേവതകളായിരുന്നു. കാരണം ഇതിലൊക്കെ ഉൾക്കൊള്ളുന്ന ഈശ്വരചൈതന്യത്തെ നാം ആരാധിക്കുന്നു. പ്രകൃതിയോടുള്ള സ്നേഹവും പ്രകൃതി ആരാധനയും പ്രതിബദ്ധതയുമൊക്കെ നമ്മളിൽ വളർത്തുവാനായിരുന്നു അത്തരം ആചാരങ്ങളിലൂടെ പൂർവികർ നമ്മെ പഠിപ്പിച്ചത്.

പ്രകൃതി സംരക്ഷിക്കപ്പെടേണ്ട തിന്റെ ആവശ്യകതയും പ്രകൃതി നശിപ്പിച്ചാൽ ഉണ്ടാകാൻ പോകുന്ന ദുരന്തത്തെക്കുറിച്ചും ആയിരക്കണക്കിന് വർഷങ്ങൾക്ക് മുമ്പേ നമ്മുടെ പൂർവ്വപിതാമഹന്മാർ മനസ്സിലാക്കിയിരുന്നു.

ഒരോ ഗൃഹത്തിലും ഉണ്ടായിരുന്ന കാവുകളും കുളങ്ങളും നമ്മുടെ ജീവിതത്തിന്റെ ഭാഗമായിരുന്നു. എന്നാൽ അതിന്റെയൊന്നും പ്രാധാന്യവും ശാസ്ത്രീയവശവും മനസ്സിലാക്കാൻ നമ്മളാരും ശ്രമിച്ചില്ല എന്നുള്ളതാണ് പരമാർത്ഥം.

കാവുകളിൽ എത്രതരം വൃക്ഷങ്ങളാണ് തിങ്ങിനിറഞ്ഞ് വളർന്നിരുന്നത് ! പണ്ട് അതെല്ലാം നമ്മുടെ ആചാരങ്ങളുടെ ഭാഗമായി കരുതിയിരുന്നതിനാൽ അവയൊന്നും നശിപ്പിക്കാറില്ലായിരുന്നു. എന്നാൽ കാലം മാറിയപ്പോൾ നമ്മുടെ സംസ്കാരത്തിന്റെ ഭാഗമായി നിലനിന്നിരുന്ന കാവുകളെല്ലാം വെട്ടിക്കളഞ്ഞും കുളങ്ങൾ നികത്തിയും നമ്മൾ അവിടെ കെട്ടിടങ്ങൾ നിർമ്മിച്ചു. ആർക്കും

ശല്യമാകാതെ കാവുകളിൽ സ്വൈര്യമായി ജീവിച്ചിരുന്ന ഇഴജന്തുക്കളെ നമ്മുടെ അടുക്കളയിലേക്കും കൂട്ടിവെച്ച വിറകിന്റെ അടിയിലേക്കും എത്തിച്ചത് നമ്മൾ തന്നെയല്ലേ?

ആ ഇഴജന്തുക്കളുടെയും പക്ഷികളുടെയും ആവാസവ്യവസ്ഥയല്ലേ നാം ഇല്ലാതാക്കിയത്?

ഇന്ന് ലോകശാസ്ത്രജ്ഞന്മാരുടെ അംഗീകാരം നേടിക്കഴിഞ്ഞിട്ടുള്ള ഒരു പ്രകൃതി സംരക്ഷണമാർഗ്ഗമാണ് കാവുകൾ. കാവുകൾ ഒരു മൈക്രോഫോറസ്റ്റ് ആയി ഇന്ന് പരിസ്ഥിതി ശാസ്ത്രജ്ഞന്മാർ വ്യാഖ്യാനിക്കുമ്പോൾ, കാവുകൾ എന്നത് പച്ചപ്പില്ലാതെ വെറും കോൺക്രീറ്റ് തറയിലേക്കോ നാഗ ശിലയിലേക്കോ മാത്രം ചുരുങ്ങിയത് ദൗർഭാഗ്യകരമാണ്.

ഏറ്റവും നല്ല ഇടിമിന്നൽ രക്ഷാചാലകമായി കാവുകളിലെ ചിതലപുറ്റ് പ്രവർത്തിക്കുകയും പ്രത്യേകതരം മിന്നലുകളിലെ വൈദ്യുത തരംഗങ്ങളെ ആഗിരണം ചെയ്ത് ഭൂമിയിലേക്ക് ഡിസ്ചാർജ് ചെയ്യുമ്പോൾ ചിതലിന് ചിറകുമുളക്കുകയും ഉപയുക്തങ്ങളായ പുതിയ ജനുസ്സുകൾ പരിണമിക്കപ്പെടുകയും ചെയ്യുന്നുവത്രെ. പുതിയ ജനുസ്സുകളിലുള്ള സസ്യങ്ങൾ കാവിന്റെ പരിസരത്ത് കാണപ്പെട്ടിരുന്നതായും പറയുന്നു. എന്നാൽ കാവുകൾ ഇല്ലാതായാൽ പുതിയ ജനുസ്സുകൾ ഉണ്ടാകാനുള്ള സാധ്യത ഇല്ലാതാകും എന്നോക്കെയുള്ള അറിവുകൾ കാവുകളെക്കുറിച്ച് കൂടുതൽ അറിയാൻ പ്രചോദനമാകുന്നു.

എത്രതരം വൃക്ഷങ്ങൾ തിങ്ങി നിറഞ്ഞതായിരുന്നു നമ്മുടെ കാവുകൾ. ഓരോ നാളുകാർക്കും നട്ടുപരിപാലിക്കാൻ വ്യത്യസ്ത വൃക്ഷങ്ങളെത്തന്നെ നിർദ്ദേശിച്ച് തന്നിരുന്നു നമ്മുടെ പൂർവ്വികർ. അതൊന്നും വളർച്ചയെത്തിയാൽ വെട്ടിവിറ്റ് കാശാക്കാൻ പറ്റുന്ന തേക്കും ഈട്ടിയും മാഞ്ചിയവും ഒന്നും ആയിരുന്നില്ല . അതുകൊണ്ടുതന്നെ എല്ലാക്കാലത്തും ഈ മരങ്ങൾ നിലനിൽക്കുകയും ചെയ്തിരുന്നു. അതുതന്നെയല്ലേ നമ്മുടെ പൂർവ്വികർ ആഗ്രഹിച്ചതും?

എന്നാൽ നമ്മൾ ആ മരങ്ങളെ പാഴ്മരങ്ങളിൽ പെടുത്തി വെട്ടി നശിപ്പിച്ചു. ബാക്കിയുള്ളതിനെ പരിപാലിക്കാനുള്ള മെനക്കേടോർത്ത് ക്ഷേത്രങ്ങളിൽ മാത്രം വളർത്തിയാൽ മതിയെന്നും തീരുമാനിച്ചു. ആൽമരവും അശോകവൃക്ഷവും ആചാരങ്ങളുടെ ഭാഗമായത് കൊണ്ടാണോ അതോ അതിന്റെ മഹാത്മ്യം അറിയാത്തതു കൊണ്ടാണോ ചിലർ ഇത്തരം വൃക്ഷങ്ങളെ പരിപാലിക്കുവാൻ മടികാണിക്കുന്നത്?

ആൽമരം ക്ഷേത്രങ്ങളിലും ആൽത്തറകളിലും എന്തുകൊണ്ട് സ്ഥാനം പിടിച്ചു എന്നറിയുമ്പോൾ ആൽമരത്തിന്റെ മഹത്വം മനസ്സിലാക്കാൻ കഴിയും. അറബ് രാജ്യങ്ങളിൽ ഏറ്റവും കൂടുതൽ നട്ടുവളർത്തുന്ന മരങ്ങൾ ആൽമരവും ആര്യവേപ്പും ഒക്കെയാണെന്ന് കേട്ടിട്ടുണ്ട്.ഓസോൺ

ഉല്പാദിപ്പിക്കുന്ന രണ്ട് സസ്യങ്ങളിൽ ഒന്ന് ആൽമരവും രണ്ടാമത്തേത് തുളസിയുമാണ്. ഓസോൺ വിഷവാതകമാണെങ്കിലും, കുറഞ്ഞ അളവിൽ ഓസോൺ ഒരു അണുനാശിനിയും ആരോഗ്യ ദായിനിയുമാണ്. വായുവിനേക്കാൾ ഘനം കൂടിയ ഓസോൺ കാറ്റില്ലാത്ത പ്രഭാതവേളകളിൽ ആൽമരത്തിന് ചുവട്ടിൽ തങ്ങി നിൽക്കുന്നു. ഈ ഓസോൺ സമ്പുഷ്ടമായ വായു ശ്വസിക്കുന്നതിനും ശ്വാസകോശ ശുദ്ധീകരണത്തിനും വളരെ നല്ലതാണ്. ഈ അന്തരീക്ഷവായു ശ്വസിക്കുവാൻ കൂടിയാണ് പ്രഭാതത്തിൽ ആൽമരത്തിന് പ്രദക്ഷിണം വെക്കണം എന്ന് പറയുന്നത്. പ്രദക്ഷിണവേളയിൽ ആവശ്യത്തിന് ശുദ്ധവായു ലഭിക്കാൻ വേണ്ടിയല്ലേ ക്ഷേത്ര ദർശനത്തിന് ശേഷം ആൽമരത്തെ ഏഴ് പ്രാവശ്യം പ്രദക്ഷിണം ചെയ്യണമെന്ന് ആചാര്യന്മാർ നിർദ്ദേശിച്ചിട്ടുള്ളതും.

അസാഡിറാക്ടിൻ തുടങ്ങിയ അതിശക്തമായ ഔഷധവീര്യമുള്ളതും അതോടൊപ്പം അണുനാശിനിയുമായ സംയുക്തങ്ങൾ പുറപ്പെടുവിക്കുന്ന ആൽമരത്തേയുംആര്യവേപ്പിനേയും പ്രദക്ഷിണം വെക്കുമ്പോൾ, നാം അറിയാതെ തന്നെ നമ്മുടെ ശ്വാസകോശ സംബന്ധമായ രോഗങ്ങൾക്കും മറ്റും പ്രകൃത്യാലുള്ള ചികിത്സയായി പ്രയോജനപ്പെടുന്നു. അതുകൊണ്ടായിരിക്കണം ആൽമരവും ആര്യവേപ്പും ഒന്നിച്ചു നട്ടുവളർത്തുക എന്ന ഉദ്ദേശത്തിൽ ആൽ മരത്തിനേയും ആര്യവേപ്പിനേയും തമ്മിൽ വിവാഹം കഴിപ്പിക്കുന്ന ഒരു ആചാരം നിലനിന്നിരുന്നത് എന്ന് കരുതാം.

കുളങ്ങൾ നികത്തുവാൻ പാടില്ലെന്നും, അവയ്ക്ക് ഭൂജലവിധാനവുമായി ഗാഢ ബന്ധമുണ്ടെന്നും, ഒരു ഗ്രാമത്തിലെ അന്തരീക്ഷവ്യവസ്ഥിതി സംതുലിതമാക്കി നിലനിർത്തുന്നതും, ഭൂമിയിലെ ജലസ്രോതസ്സുകൾ താഴാതെ നിലനിർത്തുന്നതും ഈ സംഭരണികളാണ് എന്നൊക്കെ ആധുനിക ശാസ്ത്രപഠനങ്ങളിലൂടെ തെളിയിക്കപ്പെട്ടി ട്ടുണ്ട്.നൂറ്റാണ്ടുകൾക്ക് മുമ്പേ ക്ഷേത്രക്കുളം ക്ഷേത്രങ്ങളുടെ ഭാഗം തന്നെയായിരുന്നു. ഇതിൽ നിന്നൊക്കെ പ്രകൃതിയും സനാതനധർമ്മവുമായുള്ള ബന്ധം മനസ്സിലാക്കാൻ കഴിയും.

പത്ത് കിണർ കുഴിക്കുന്നത് ഒരു കുളം കുഴിക്കുന്നതിന് തുല്യ

മാണെന്നും പത്ത് കുളം കുഴിക്കുന്നത് ഒരു നദിക്ക് തുല്യമാണെന്നും പത്ത് നദിയുണ്ടാക്കുന്നത് ഒരു സത്പുത്രന് തുല്യമാണെന്നും അതുപോലെ ഒരു വൃക്ഷം വെക്കുന്നത് പത്ത് പുത്രന്മാർക്ക് തുല്യമാണെന്നും പറഞ്ഞ ഉപനിഷത്ത് സന്ദേശത്തിന്റെ പ്രാധാന്യം നാൾക്കുനാൾ വർദ്ധിച്ചുവരുകയാണ്.

ഒരു കുട്ടി ജനിക്കുമ്പോഴുണ്ടാകുന്ന സന്തോഷദിനത്തിൽ നമുക്ക് കുറച്ച് വൃക്ഷങ്ങൾ കൂടി നട്ട് വളർത്തിക്കൂടേ? ആ കുട്ടിക്കൊപ്പം ആ വൃക്ഷവും വളരട്ടെ. ആ കുട്ടിയുടെ ഓരോ പിറന്നാളിനും ഇതുപോലെ വൃക്ഷങ്ങൾ നടാൻ കഴിഞ്ഞാൽ ഇതൊരു സംസ്കാരമായി നമുക്ക് വളർത്തിക്കൊണ്ട് വരാം.

മരം നടുന്നത് ഭാരതത്തിന്റെ ദേശീയ ആചാരവും ആഘോഷവുമാകട്ടെ. ഇനി അവശേഷിയ്ക്കുന്ന കാവുകളും, കുളങ്ങളുമെങ്കിലും നമുക്ക് സംരക്ഷിക്കാനാവട്ടെ.

45

# മിത്രസമ്പാദനം

ജീവിതം സന്തോഷമായി തീരണമെങ്കിൽ നമ്മുടെ ഓരോ പ്രവൃത്തികളും കലയാക്കി മാറ്റണം. ഇതിൽ ഏറ്റവും ശ്രേഷ്ഠവും മഹത്തരവുമായ കലയാണ് മിത്രസമ്പാദനവും മിത്രങ്ങളെ മിത്രങ്ങളായി നിലനിർത്തിക്കൊണ്ട് പോവുക എന്നുള്ളതും.

നമ്മൾ എപ്പോഴും നമുക്ക് ചുറ്റുമു ള്ള എല്ലാവരോടും സൗഹൃദത്തി ലായിരിക്കുവാൻ ശ്രമിക്കണം. അതുപോലെ ശത്രുവിനെ മിത്രമാക്കി മാറ്റാനുള്ള കഴിവും നേടിയെടുക്കണം. ഒന്ന് മനസ്സിലാക്കുക അനായാസകരമായ, സുന്ദരമായ ജീവിതത്തിനു ഏറ്റവും അത്യാവശ്യമാണ് എല്ലാവരോടുമുള്ള മിത്രമനോഭാവം. പക്ഷെ നമ്മുടെ പല ബലഹീനതകൾ കൊണ്ടും അനാവശ്യമായ വികാരങ്ങൾ കൊണ്ടും സ്വന്തം കുടുംബാംഗങ്ങളെ പോലും ശത്രുക്കളാക്കുന്ന അവസ്ഥയാണ് നമുക്ക് ഉണ്ടായിക്കൊണ്ടിരിക്കുന്നത്. ബന്ധങ്ങളിൽ വിള്ളലുണ്ടാകാനുള്ള പ്രധാന കാരണം നമ്മളോരോരുത്തരുടെയും പെരുമാറ്റമോ ചിന്താഗതികളോ തന്നെയാണ്. ഈ അകൽച്ചയും വിള്ളലുകളും നമ്മളോരോരുത്തരുടെയും മനസ്സിനെയും ഹൃദയത്തെയുമാണ് ബാധിക്കുന്നത്.

നമ്മൾ വീടുകളിലായാലും കർമ മേഖലയിലായാലും, മറ്റുള്ളവരോട് നന്നായി ഇടപഴകി ഐക്യത്തോടെ ജീവിക്കുകയാണെങ്കിൽമാത്രമേ നമ്മുടെ ജീവിതത്തിൽസന്തോഷവും സമാധാനവും ഉണ്ടാക്കുവാൻ സാധിക്കുകയുള്ളൂ. നമ്മൾ നമ്മുടെ അയൽവാസികളോടും മിത്രതാമനോഭാവം വച്ച് പുലർത്തുവാൻ ശ്രമിക്കണം. നമ്മളോട് അടുപ്പമുള്ള ഓരോരുത്തരോടും സൗഹൃദഭാവം ഊട്ടിയുറപ്പിക്കണം. ഈ ഒരു കല സ്വായത്തമാക്കണം. പിന്നെ ഒരു കാര്യം പ്രത്യേകം ശ്രദ്ധിക്കേണ്ടത് എല്ലാവരോടുമുള്ള സ്നേഹം തികച്ചും

നിരുപാധികവും ശുദ്ധവുമായിരിക്കണമെന്നുള്ളതാണ്. അങ്ങനെയുള്ള സൗഹൃദം ശാശ്വതമായിരിക്കും. സ്വാർത്ഥമായ സ്നേഹവും, സൗഹൃദങ്ങളും ഒരിക്കലും വിജയകരവും ആനന്ദദായകവുമായിരിക്കുകയില്ല. ഓരോരുത്തരേയും നമ്മളുമായി ബന്ധിക്കാനും അവർക്ക് സ്വാതന്ത്ര്യം കൊടുക്കാനുമുള്ള കഴിവ് സ്നേഹത്തിൽ നിക്ഷിപ്തമാണ്. അതുകൊണ്ട് നല്ല ബന്ധം ഉണ്ടാ കുവാൻ നമ്മളോരോരുത്തരും പുനർവിചിന്തനം നടത്തേണ്ടതായിട്ടുണ്ട് .

എന്നാൽ നമ്മൾ കാണിക്കുന്ന സ്നേഹം ഒരിക്കലും മറ്റുള്ളവർക്ക് ബന്ധനമായിത്തീരരുത്. നമ്മുടെ സ്വാർത്ഥത കൊണ്ടുണ്ടാവുന്ന സ്നേഹം ഒരിക്കലും ശാശ്വതമായിരിക്കുകയില്ല എന്ന് മനസ്സിലാക്കുക.

പക്ഷെ, ഇന്നത്തെ പല കുടുംബ ബന്ധങ്ങളുടെയും തകർച്ചക്ക് പ്രധാന കാരണം ഈ സ്വാർത്ഥതയും അമിത സ്നേഹവുമാണെന്ന കാര്യത്തിൽ യാതൊരു സംശയവുമില്ല.

ഈ അവസ്ഥ തീർത്തും മോശമായിത്തീരുന്ന കാഴ്ചയാണിന്ന് നമുക്ക് കാണാൻ കഴിയുന്നത്. എന്നാൽ ശുദ്ധവും സ്പഷ്ടവും നിർമ്മലവുമായ സ്നേഹ സൗഹൃദബന്ധങ്ങളാണെങ്കിൽ മറ്റുള്ളവരെ ബന്ധിക്കാനോ കടിഞ്ഞാണിടാനോ പോവുകയില്ല. അതുകൊണ്ട് എല്ലാവർക്കും നല്ലതിന് വേണ്ടി, നമ്മുടെ ചുറ്റുപാടിൽ സ്നേഹവും സൗഹൃദവും കാത്തുസൂക്ഷിക്കാൻ നമുക്കോരോരുത്തർക്കും കൂട്ടായി ശ്രമിക്കാം. ഈ കല സ്വായത്തമാക്കുന്നതിനു വേണ്ടി, ദീർഘവീക്ഷണമുള്ള ഒരു ചിന്താഗതി നമുക്ക് വളർത്തിയെടുക്കാൻ ശ്രമിക്കാം. അങ്ങിനെ ഈ ലോകം മുഴുവനും സ്നേഹവും സമാധാനവും പ്രസരിപ്പിക്കാൻ നമുക്കോരോരുത്തർക്കും കൈകോർക്കാം.

46

# ആത്മരതിയാണ് ഭക്തി

ശാണ്ഡില്യാചാര്യന്റെ അഭിപ്രായത്തിൽ വിഘ്നങ്ങളും തർക്കങ്ങളും ഇല്ലാതെ ആത്മാവിൽ തന്നെ രമിക്കുന്നതാണ് ഭക്തി എന്നാണ്.

ഏതു കാര്യവും സദുദ്ദേശത്തോടെ ചെയ്യുമ്പോൾ തടസ്സങ്ങൾ ഉണ്ടാവുക സ്വാഭാവികം മാത്രം. ആ തടസ്സങ്ങളെ തരണംചെയ്യാൻ കഠിന ശ്രമങ്ങൾ നടത്തേണ്ടതായി വന്നേക്കാം.

എന്നാൽ സമർപ്പണബുദ്ധിയോടെ ചെയ്യുന്ന കർമ്മങ്ങൾക്ക് ഈ തടസ്സങ്ങൾ ബാധകമല്ല. സമ്പൂർണ സമർപ്പണമായിരിക്കണമെന്നുമാത്രം.

ഭഗവാൻ ശ്രീകൃഷ്ണൻ ഭഗവത് ഗീതയിൽ പറഞ്ഞിട്ടുണ്ട് 'കർമ്മണ്യേ വാധികാരസ്തേ മാ ഫലേഷു കദാചന' എന്ന്. ഫലം എന്തെന്ന് ചിന്തിച്ച് വിഷമിക്കാതെ കർമം ചെയ്തു കൊള്ളൂ, അതിനുമാത്രമേ നിനക്ക് അധികാരമുള്ളൂ എന്നാണ്.

പാലാഴി മഥനക്കാലത്ത് ദേവന്മാർക്കും അസുരന്മാർക്കും പ്രത്യേകം ലക്ഷ്യങ്ങളുണ്ടായിരുന്നു. ഒരുമിച്ചുനിന്നു പോരാടി അമൃത് കൈക്കലാക്കി സ്വന്തക്കാർക്കു മാത്രം നൽകുവാനായിരുന്നു ഇരുകൂട്ടർക്കും പരിപാടി. ഉള്ളിൽ ആ ഉദ്ദേശം വെച്ചുകൊണ്ടാണ് അവർ കടഞ്ഞതും. എന്നാൽ കാളകൂട വിഷം വന്നപ്പോൾ എല്ലാവരും ഒളിച്ചോടാൻ മാർഗ്ഗം അന്വേഷിക്കുകയായിരുന്നു.

പ്രപഞ്ചത്തിന്റെ രക്ഷയാണ് പ്രധാനമെന്ന് സങ്കൽപ്പിച്ചിറങ്ങിയ ശ്രീപരമേശ്വരന് ആ വിഷം ഏറ്റുവാങ്ങി ഭക്ഷിക്കാൻ ഒരു മടിയും ഉണ്ടായില്ല. തനിക്കെന്തു സംഭവിക്കുന്നുവെന്നത് വിഷയമല്ലായിരുന്നു. പ്രപഞ്ചത്തിനായി സമർപ്പിച്ച ജീവിതമായിരുന്നു ശ്രീപരമേശ്വരന്റേത്. പരമാത്മാവിൽ തന്നെ ലയിച്ചിരിക്കാൻ കിട്ടുന്ന

അവസരമായി കരുതി ഭഗവാൻ അത് ഏറ്റുവാങ്ങി. തന്റെ ആത്മരതിയ്ക്ക് ഇതൊന്നും തടസ്സമാവില്ലന്നും ആകാൻ പാടില്ലെന്നും ഭഗവാൻ നിശ്ചയിച്ചിരുന്നു. ആ ആത്മാരാമന്റെ സന്തോഷത്തിനു മുന്നിൽ മറ്റു തടസ്സങ്ങൾ ഒന്നും പ്രശ്നമായിരുന്നില്ല.

ആത്മരതി അവിരോധനത്തിലൂടെ എന്ന് ശാണ്ഡില്യ മഹർഷി അഭിപ്രായപ്പെട്ടതും അതുകൊണ്ടായിരിക്കാം. തുടക്കത്തിൽ പ്രാർത്ഥനകളിൽ കടുത്ത തടസ്സങ്ങളുണ്ടാകാം. അതിനെ വിഗണിച്ചാൽ മാത്രമേ സമർപ്പണബുദ്ധി വന്നുതുടങ്ങുകയുള്ളൂ. അതുതന്നെയാണ് ഭക്തിയും.

47

# നിതാന്ത സ്നേഹിതർ

"അർത്ഥാ ഗൃഹേ നിവർത്തന്തേ
ശ്മശാനെ പുത്ര ബാന്ധവാ
സുകൃതം ദുഷ്കൃതം ചെയ് വ
ഗച്ഛന്ത മനുഗച്ഛതി."

നാം ചെയ്യുന്ന സുകൃതവും ദുഷ്കൃതവും മാത്രം മരണശേഷവും നമ്മോടൊപ്പമുണ്ടാകും. അവരാണ് നമ്മുടെ നിതാന്ത സ്നേഹിതർ. നാം കഷ്ടപ്പെട്ടു സമ്പാദിച്ച ധനവും കെട്ടിടങ്ങളും മറ്റു സമ്പത്തു കളും എല്ലാം തന്നെ നമ്മുടെ മരണത്തോടെ നമ്മെ വിട്ടുപിരിയുന്നു. മക്കളും ബന്ധുക്കളും മിത്രങ്ങളും ശ്മശാനം വരെ നമ്മുടെ ശരീരത്തിനോടൊപ്പം ഉണ്ടാകും. എന്നാൻ നാം ജീവിത കാലത്തു ചെയ്ത സൽക്കർമ്മങ്ങളും ദുഷ്കർമ്മങ്ങളും നമ്മുടെ മരണശേഷവും നമ്മെ പിന്തുടരുന്നു.

നന്മ ചെയ്തവരെയും, തിന്മ ചെയ്തവരെയും അന്യർക്കുവേണ്ടി ത്യാഗമനുഭവിച്ചവരെയും അന്യരെദ്രോഹിച്ചവരെയും അവരുടെ മരണശേഷവും സമൂഹം ഓർത്തെന്നു വന്നേക്കാം. പക്ഷേ, ഒരേ വികാരത്തോടെയല്ലെന്നു മാത്രം. അതായത് സൽക്കർമ്മത്തിന്റെയും ദുഷ്കർമ്മത്തിന്റെയും ഫലങ്ങൾ ഓർമ്മയിലൂടെ മരണാനന്തരവും നശിക്കാതെ നിലനിൽക്കും. നന്മകൾ ചെയ്തവർ ശരീരം വെടിഞ്ഞാലും അവരെപ്പറ്റിയുള്ള സ്മൃതികൾ അനന്തരതലമുറയിലൂടെ ജീവിക്കും. അതിനു ഉദാഹരണമാണ് വ്യാസനും, വാല്മീകിയും, വിവേകാനന്ദനും, മദർതെരേസയുമെല്ലാം. മദർതെരേസ പാവപ്പെട്ടവർക്കെല്ലാം അത്താണിയായിരുന്നു.

നിരാശരായ പിഞ്ചോമനകൾക്ക് വാത്സല്യം പകർന്നു മാതാവായി. അവർ മരിച്ചിട്ടും ഇന്നും മധുരസ്മരണയായി ജീവിക്കുന്നു.

സ്വാമി വി വേകാനന്ദനും ശങ്കരാചാര്യരും മൂന്നു ദശകങ്ങളെ ജീവിച്ചുള്ളൂ. പക്ഷേ അവർ നൽകിയ സന്ദേശങ്ങൾ എത്ര ആത്മാക്കൾക്ക് നിർവൃതിയായി. ഒന്നു മനസ്സിലാക്കുക!

മഹത്തുക്കൾ മരിക്കുന്നില്ല.അവർ പറയുന്നതു ചെറിയ കാര്യമായി രിക്കാം. പക്ഷേ, അവർ പറഞ്ഞതിനാൽ അവ മഹദ് വചനങ്ങളായിത്തീർന്നു. എന്നാൽ മറു ഭാഗം ഒന്ന് ചിന്തിച്ചുനോക്കൂ! വീരപ്പനെന്ന കാട്ടുക്കള്ളനും ഇവിടെജീവിച്ചു മരിച്ചു. അയാൾ ധാരാളം പണമുണ്ടാക്കി. അനേകം മനുഷ്യരെയും ആനകളെയും നിർദ്ദയം വധിച്ചു. ഒടുവിൽ പ്രതീക്ഷിച്ചതുപോലെ ഒരു നാൾ പോലീസിന്റെ വെടിയുണ്ടയ്ക്കിരയായി.

അയാളുടെ മരണത്തിൻ ഒരു തുള്ളി കണ്ണുനീർ ആരും പൊഴിച്ചില്ല. മാത്രമല്ല അയാൾ കൊല്ലപ്പെട്ട വാർത്ത എവരേയും സന്തോഷിപ്പിച്ചു. അതുപോലെത്തന്നെ അലക്സാണ്ടർ ചക്രവർത്തി അനവധി രാജ്യങ്ങൾ വെട്ടിപ്പിടിച്ചു. ധാരാളം നിരപരാധികളായ ജനങ്ങളെ കൊന്നൊടുക്കി. ഏറെ പണം സമ്പാദിച്ചു. ഒടുവിൽ മരിച്ചപ്പോൾ ശവമഞ്ചത്തിനു വെളിയിലൂടെ സ്വന്തംകൈകൾ രണ്ടും മലർത്തിപ്പിടിച്ച് 'ഞാ നൊന്നും കൊണ്ടുപോകുന്നില്ല' എന്ന് മാലോകരെ ബോദ്ധ്യപ്പെടുത്തി.

"സത്യം വദ, ധർമ്മം ചര"- എത്ര ഉദാത്തമായ വാക്കുകൾ! ആ തത്ത്വം ജീവിതത്തിൽ ഉൾക്കൊള്ളാനായാൽ ആ ജീവിതം എത്ര സഫലമാക്കാം! ധാർമ്മികമായ കർമ്മമനുഷ്ഠിച്ചാൽ ആ കർമ്മത്തിന്റെ ഫലം നമുക്ക് തുണയായിവരും. പാപകർമ്മങ്ങളുടെ ദുഷ്ഫലങ്ങളും താമസിയാതെ നമ്മേ തേടിയെത്തും.

പുത്രധർമ്മം, ഭർതൃധർമ്മം, പത്നീധർമ്മം, പിതൃധർമ്മം എന്നിങ്ങനെ കുടുംബപരമായ ധർമ്മങ്ങളും സാമൂഹിക ധർമ്മങ്ങളും മനുഷ്യന് അനുഷ്ഠിക്കേണ്ടതായിട്ടുണ്ട്.

ഏത് പ്രവർത്തിരംഗത്താണോ നിയുക്തനായിരിക്കുന്നത് അതിൽ ആത്മാർത്ഥതയോടെയും സത്യസന്ധതയോടെയും പ്രവർത്തിക്കുക എന്നതുതന്നെ ധാർമ്മികകർമ്മമാണ്. ധാർമ്മിക കടമകളിൽ സത്യസന്ധത അനിവാര്യമാകുന്നു. പിതാവിന്റെ സത്യം പുലർത്താൻ ചെങ്കോലും കിരീടവും ഉപേക്ഷിച്ച ശ്രീരാമനും വാമനൻ വഞ്ചകനാണെന്നും ഭൂമി ദാനം ചെയ്യരുതെന്നു ഗുരുവായ ശുക്രാചാര്യർ ഉപദേശിച്ചിട്ടും സത്യലംഘനം നടത്താതെ മൂന്നടി ഭൂമി കൊടുത്ത മഹാബലിയും ഒക്കെ പുരാണങ്ങളിലെ അനശ്വര കഥാപാത്രങ്ങളാണ്.

ഗൃഹസ്ഥാശ്രമ ജീവിതത്തിൽ പണ സമ്പാദനം നിഷിദ്ധമല്ല. എന്നാൽ അത് ധാർമ്മികമായിരിക്കണമെന്നു മാത്രം. വിവേകപൂർവ്വം അത് ചിലവഴിക്കുകയും വേണമെന്നാണ് ഋഷിമാർ ഉപദേശിച്ചിട്ടുള്ളത്. സമ്പത്തിനെ അഞ്ചായി ഭാഗിക്കണമെന്നും അതിൽ ഒരു ഭാഗം അവനവനു വേണ്ടിയും ഒരു ഭാഗം കുടുംബത്തിനു വേണ്ടിയും ഒരു ഭാഗം നാളേക്കുവേണ്ടിയും നീക്കി വെക്കുക. ബാക്കി വരുന്നതിൽ ഒരു ഭാഗം സമൂഹത്തിന്റെ ഭൗതിക പുരോഗതിക്കായി (അതായത് അനാഥാലയങ്ങൾ, ആശുപത്രികൾ, വിദ്യാലയങ്ങൾ, ആരാധാനാലയങ്ങൾ ഇവയുടെ സംരക്ഷണത്തിനു വേണ്ടി) ചെലവഴിക്കുക. അഞ്ചാമത്തെ ഭാഗം സമൂഹത്തിന്റെ ആത്മീയ പുരോഗതിക്കായി വിനിയോഗിക്കണം. അതില്ലെങ്കിൽ ഭൗതിക പുരോഗതികൂടി നശിക്കാൻ ഇടവരും. സംസ്ക്കാരമില്ലാത്ത പരിഷ്കാരം പുരോഗമനോന്മുഖമാവില്ല. സംസ്ക്കാരം കിട്ടാൻ ജ്ഞാനം വേണം. സമൂഹത്തിന്റെ ജ്ഞാന സമ്പാദനത്തിനായി പ്രവർത്തിക്കുക.

സുഹൃത്തുക്കൾ നാളെ ശത്രുക്കളാകാം. നമുക്ക് വേണ്ടി വാദിക്കുന്നവർ, നമ്മോടൊപ്പം നിൽക്കുന്നവർ ഒക്കെ സ്ഥിരമായി നമ്മോടൊപ്പം ഉണ്ടാകുമെന്ന് വിചാരിക്കുന്നത് മൂഢത്തരമാണ്. ഭരതനേക്കാൾ തനിക്കിഷ്ടം രാമനോടാണെന്ന് തലേദിവസം വരെ പറഞ്ഞ കൈകേയി മന്ഥരയുടെ കുറിക്കു കൊള്ളുന്ന വാക്കുകളിൽ വീണ് അഭിപ്രായം നേരേവിപരീതമാക്കി. അന്ന് ഒരു മന്ഥരയെ ഉണ്ടായിരുന്നുള്ളൂവെങ്കിൽ ഇന്ന് അത്തരം മന്ഥരന്മാർ വളരെ ഏറെയുണ്ടന്ന് നാം മനസ്സിലാക്കണം.

ജീവിതത്തിൽ ചിലർക്ക് ബഹുമാനം നഷ്ടപ്പെട്ടേക്കാം ചിലർക്ക് സമ്പത്ത് നഷ്ടപ്പെടുന്നു. ചിലർക്ക് സൽക്കീർത്തി നശിക്കുന്നു. നഷ്ടങ്ങളുടെ ഒരു പരമ്പരതന്നെ ഉണ്ടാകാം. എന്നാൽ എല്ലാം നശിച്ചാലും സത്യധർമ്മാദികൾ നിലനിൽക്കും.

അതുകൊണ്ട് ദൗർഭാഗ്യത്തിൽ തളരാതെ, ദുർബലരാകാതെ, മറ്റുള്ളവരെ പഴിപറയാതെ, സത്യധർമ്മാദികളെ മുറുകെപ്പിടിച്ച് ത്യാഗോജ്ജ്വലമായി ജീവിക്കുവാൻ ശ്രമിക്കുക. അത്തരത്തിലുള്ള വ്യക്തികൾ ചൊരിയുന്ന നെയ് വിളക്കിന്റെ പ്രകാശം പിൻതലമുറയ്ക്ക് വഴികാട്ടിയാകും. നിരന്തരം നന്മകൾ ചെയ്താൽ, ശരീരം വെടിഞ്ഞാലും സമൂഹത്തിൽ എക്കാലവും ഓർക്കപ്പെടും. നല്ല ഓർമ്മകൾ മാത്രം അവശേഷിപ്പിച്ചുകൊണ്ട് രംഗം വിടാൻ നമുക്ക് കൂട്ടായി ശ്രമിക്കാം.

48

# യമനിയമങ്ങൾ

സമൂഹത്തോടും ചുറ്റുപാടിനോ ടും ഇണങ്ങി ശാന്തജീവിതം നയി ക്കുവാൻ ഉതകുന്ന അഞ്ച് നിയമ ങ്ങളാണ് യമനിയമങ്ങൾ.

യമനിയമങ്ങളിലൂടെ ശക്തിയാർ ജിക്കുക,പൂർണതയിലേക്കെത്തുക, ഇത് വ്യക്തിത്വ വികസനത്തിനും ജീവിതത്തെ സമ്പുഷ്ടമാക്കു ന്നതിനും സഹായിക്കുന്നു. മാത്രമല്ല ഇവ ആന്തരിക സംയോജന ത്തിലേക്കുള്ള പടവുകൾ കുടിയാണ്.

### അഹിംസ

അഹിംസയാണ് ആദ്യത്തെ നിയ മം. അഹിംസയെന്നാൽ പ്രപഞ്ച വുമായുള്ള ഐക്യമാണ്. പ്രപഞ്ച ത്തെ തന്റെതന്നെ അംശമായി കാണുമ്പോൾ അതിനെയെങ്ങ നെ ഹിംസിക്കാൻ കഴിയും? നിങ്ങ ൾക്ക് നിങ്ങളെ ഉപദ്രവിക്കാൻ ക ഴിയില്ല;അതുപോലെ പ്രപഞ്ച ത്തെയും.അഹിംസ എന്നാൽ മറ്റു ള്ളവരെ ഉപദ്രവിക്കാതിരിക്കുക അല്ലെങ്കിൽ ഹിംസിക്കാതിരിക്കു ക എന്നാണ്.അതായത്എല്ലാം ഒന്നായി കാണുക എന്ന് .ഇത് യോഗയുടെ പ്രായോഗികതലമാ ണ്.

### സത്യം

രണ്ടാമത്തെ നിയമമാണ് സത്യം. നിങ്ങൾക്ക് നിങ്ങളോട് നുണ പറ യാൻ കഴിയുമോ? അതു കൊണ്ട് സത്യം പറയുക. സത്യം പറയുമ്പോൾ പലർക്കും വിഷമം തോന്നിയേ ക്കാം.അതിൽ വിഷമിക്കുകയോ ഭയപ്പെടുകയോ അരുത്.

### ആസ്തേയം

നിങ്ങൾക്കില്ലാത്ത ഒന്നിനെകുറി ച്ചും നഷ്ടബോധമില്ലാതിരി

ക്കുക. ഇപ്പോഴുള്ള പരിസ്ഥിതി മറ്റൊരുത രത്തിൽ ആയിരുന്നെ ങ്കിലെന്ന് ആഗ്രഹിക്കാതിരിക്കുക."അയാ ളെപ്പോലെ എനിക്കും മനോഹര മായ ശബ്ദമുണ്ടായിരുന്നെങ്കിൽ" "അയാളെപ്പോലെ എനിക്കുംപാടാ

ൻ കഴിഞ്ഞിരുന്നെങ്കിൽ"ഇങ്ങനെ യുള്ള ചിന്തകൾ ഇല്ലാതി രിക്കലാ ണ് ആസ്തേയം. ആസ്തേയമെ ന്നാൽ മറ്റുള്ളവരുമായി അവനവ നെ തുലനം ചെയ്യാതിരിക്കലാണ്. മറ്റുള്ളവർക്കുള്ളത് എനിക്കുണ്ടാ കട്ടേയെന്ന് ആഗ്ര ഹിക്കാതിരിക്ക ലാണ്. 'സ്തേയം എന്നാൽ 'കാണ ൽ എന്നും 'ആസ്തേയം എന്നാൽ 'കാണാതിരി ക്കൽ എന്നുമാണ് അർഥം.

**ബ്രഹ്മചര്യം**

ബാഹ്യമായ നാമരൂപങ്ങളിൽകുടുങ്ങാതെ അതിനപ്പുറത്തു ള്ള അന ന്തതയെ ആഗ്രഹിക്കുക. 'ബ്രഹ്മ മെന്നാൽ 'വലുത് എന്നാണർഥം. 'ഞാനിതാണ്, ഞാൻ ചെറുതാണ്, ഞാൻ പുരു ഷനാണ്, ഞാൻ സ് ത്രീയാണ്' തുടങ്ങിയ ഇടുങ്ങിയ സ്വത്വബോ ധത്തിൽ കുടുങ്ങാതെ അവയ്ക്കതീതമാകലാണ് ബ്രഹ്മ ചര്യം.

**അപരിഗ്രഹം**

അതായത് മറ്റുള്ളവർ വെറുതെ തരുന്നതിനെ സ്വീകരിക്കാ തിരിക്കുക. അന്യരിൽ നിന്നുള്ള ശകാരവാക്കുകൾക്ക് അഭിനന്ദ നത്തേക്കാൾ നമ്മൾ കൂടുതൽ പ്രാധാന്യം നൽകുക മറ്റുള്ളവർ നമ്മെ മനഃപൂർവം അപമാനിക്കുന്നില്ല, പക്ഷേ അവരുടെ വാക്കു കളെ മുറുകെപ്പിടിച്ച് അതിൽ കടിച്ചു തൂങ്ങി നിൽക്കുന്നു. അവർ ചെളി നിങ്ങളുടെ നേരേയല്ല എറിയുന്നത്, പുറത്തേക്കു കളയു കയാണ്. പക്ഷേ, നിങ്ങളതിനെ ബലമായി പിടിച്ച് മാറോടു ചേ ർത്തുവയ്ക്കുന്നു. മറ്റുള്ളവർ ചെളിവാരിയെറിയുമ്പോൾ നിങ്ങ ളെന്തിനാണ് അതിനെ സ്വീകരിക്കുന്നത്? നിങ്ങൾക്കു നേരേയു ള്ള ശകാരങ്ങളെപ്പോലും സ്വീകരിക്കാതിരിക്കൂ. അഭിനന്ദനങ്ങൾ നമ്മെ അലട്ടുന്നില്ല. ശകാരങ്ങളും നിഷേധങ്ങളും നമ്മെ സ്വാധീ നിക്കുന്നു. ഇവയെ സ്വീകരിക്കാതിരിക്കുന്നതാണ് അപരിഗ്രഹം.

**ആന്തരികമായ വളർച്ചക്കുള്ള അഞ്ചു നിയമങ്ങൾ**

ആദ്യത്തെ നിയമമാണ് ശൌചം അല്ലെങ്കിൽ ശുചിത്വം. ശരീര ശുദ്ധി, വൃത്തിയായ വസ്ത്രം ധരിക്കൽ തുടങ്ങിയവ. രണ്ടാമത്തേ ത് സന്തോഷം അല്ലെങ്കിൽ സംതൃപ്തി. നമുക്ക് സ്വയം സംതൃപ്ത

രാകാൻ കഴിഞ്ഞില്ലെങ്കിൽ മറ്റുള്ളവരെ എങ്ങിനെ സംതൃപ്തനാക്കാൻ കഴിയും? മൂന്നാമത്തെ നിയമമാണ് തപസ്. പ്രതികൂല സാഹചര്യങ്ങളെ സന്തോഷത്തോടെ സ്വീകരിക്കുന്നതാണ് തപസ്. പ്രതികൂലമായതിനെ പൂർണമനസ്സോടെ സ്വീകരിക്കുമ്പോൾ ശരീരവും മനസ്സും ശക്തിയാർജ്ജിക്കുന്നു. നാലാമത്തേത് സ്വാധ്യായമാണ്. മനസ്സിനെ അറിയുക, ചിന്തകളെ, ഭാവങ്ങളെ നിരീക്ഷിക്കുക. സ്വാധ്യായമെന്നാൽ അവനവനെ അറിയലാണ്. അഞ്ചാമത്തെ നിയമം ഈശ്വരപ്രണിധാനമാണ്. അതായത് ദൈവത്തോടുള്ള അനന്യമായ സ്നേഹം, പൂർണ സമർപ്പണം. നിസ്സഹായത അനുഭവപ്പെടുമ്പോൾ 'ഈശ്വരാ, എന്റെ ചിന്തകളെയും ഭാവങ്ങളെയും നിസ്സഹായതയെയും അങ്ങ് സ്വീകരിക്കൂ' എന്ന് അപേക്ഷിക്കുന്നതാണിത്.

യമനിയമങ്ങളിലൂടെ നമ്മൾ ശക്തിയാർജ്ജിക്കുന്നു, പൂർണതയിലേക്കെത്തുന്നു. ആന്തരിക ശുദ്ധിക്കുള്ള ഒരു ഉപാധിയാണ് സ്നേഹം. ഇവയിലൂടെ നിത്യമായ പുഞ്ചിരിയെ നിലനിർത്താൻ കഴിയും. ഭൂമിയിൽ ജീവിക്കുന്ന ഓരോ നിമിഷവും നിങ്ങൾ ദിവ്യമായ ഒരു സ്ഥലത്ത് എത്തിച്ചേർന്നിരിക്കുകയാണെന്ന് സങ്കൽപ്പിക്കൂ. ബൃഹത്തായ ലക്ഷ്യത്തിനു വേണ്ടിയാണ് നാം ഈ ഭൂമിയിൽ ജനിച്ചിട്ടുള്ളത്. ഇക്കാര്യം വിസ്മരിക്കാതിരിക്കുക. എന്തുവന്നാലും ഞാൻ പുഞ്ചിരിക്കും സന്തോഷിക്കുമെന്ന ദൃഢനിശ്ചയത്തോടെ ജീവിക്കുക.

49

# വാസനകളും കർമ്മങ്ങളും ശീലങ്ങളും

മനുഷ്യന്റെ ജന്മം തന്നെ കർമ്മങ്ങളുടെ അനുഭവത്തിനാണെന്നു എല്ലാ മതങ്ങളിലും പറയുന്നുണ്ട്.

ഈ കർമ്മങ്ങൾ മുൻകൂട്ടി നിശ്ചയിക്കപ്പെട്ടതാകാം. അതു കൂടാതെ അവനവൻ പുതുതായി ഉണ്ടാക്കുന്ന കർമ്മങ്ങളും ഉണ്ടാകുന്നു.

കർമ്മങ്ങൾ വാസനകളിൽനിന്നും ശീലങ്ങളിൽ നിന്നുമാണുണ്ടാകുന്നത്. വാസനകൾ എന്നാൽ ആഗ്രഹങ്ങളാണ്. വാസനകളും അനുഭവങ്ങളും തമ്മിലുള്ള അന്തരമാണ് ശീലങ്ങളെ ഉണ്ടാക്കിയെടുക്കുന്നത്. രോഗം കർമ്മം കൊണ്ടുള്ള അനുഭവമാകുന്നു. രോഗത്തിൽ നിന്നുള്ള വിമുക്തിയാണ് ആഗ്രഹം.നല്ല ആരോഗ്യത്തിന് ഒരു പക്ഷെ നമ്മുടെ ശീലങ്ങൾ വിഘാതമായേക്കാം. അങ്ങിനെ വരു മ്പോൾ നമ്മുടെ ശീലങ്ങളിൽ മാറ്റങ്ങൾ വരുത്തേണ്ടതായി വരും. നമ്മുടെ വാസനകൾ പലപ്പോഴും ന മുക്ക് പലവധ വിഷമതകൾ ഉണ്ടാ ക്കിയെന്ന് വരാം.പക്ഷെ അത് ക ർമ്മത്തിന്റെ ഭാഗമാണ്. കൂട്ടുകൂടുവാനുള്ള വാസന, യാത്ര ചെയ്യു വാനുള്ള വാസന, അപകടകരമാ യ കാര്യങ്ങൾ ചെയ്യുവാനുള്ള വാസന ഇങ്ങനെ അനേകായിരം താല്പര്യങ്ങളാണ് ഒരാളുടെ സ്വഭാവമായിത്തീരുന്നത്. വാസനകളുടെയും ശീലങ്ങളുടെയും അവയിൽ നിന്നു വരുന്ന പ്രവർത്തികളുടെയും ആകെത്തുകയാണ് സ്വഭാവം.

ഒരാളുടെ ജീവിതത്തിൽ അനുനിമിഷമുണ്ടാകുന്ന സംഭവങ്ങൾക്കനുസരിച്ച് അയാൾ തന്റെ വാസനകളെ രൂപപ്പെടുത്തുന്നു. രോഗമു ള്ള വ്യക്തിക്ക് അതിൽ നിന്നും കരകയറാനുള്ള വാസന ഉണ്ടായിരിക്കും. അതുപോലെത്തന്നെ അനാരോഗ്യം മൂലം ക്ഷീണ

മുള്ള കുട്ടികൾക്ക് ചിലപ്പോൾ വാശിയുണ്ടാകാം.ഇത് ബോധപൂർവ്വമായ കാര്യമല്ല. അത് ജന്മനാ ഉള്ള നിസർഗ്ഗ സ്വഭാവത്തിന്റെ ഭാഗമായി ഉണ്ടാകുന്നതാണ്. അത്തരം സന്ദർഭങ്ങളിൽ, രോഗവിമുക്തിവരെ കുട്ടിയെ അധികമായി കൊഞ്ചിച്ചും സ്നേഹിച്ചും എടുത്തു കൊണ്ടു നടന്നും കുട്ടിയുടെ വാശിയെ അകറ്റണം. അപ്പോൾ വാശി കൊണ്ട് ഉണ്ടാക്കിയെടുത്തേക്കാവുന്ന ചീത്ത ശീലങ്ങളെ ഒഴിവാക്കാൻ സാധിക്കും. ഒന്നു മനസ്സിലാക്കുക സ്നേഹവും ലാളനയും വാശി കുറയ്ക്കുന്നു. വാശികൾ സ്വാഭാവികമായ ചീത്തശീലങ്ങളെയാണുണ്ടാക്കുന്നത്. ചീത്ത ശീലങ്ങൾ ക്രമത്തിൽ ചീത്ത സ്വഭാവങ്ങളായിത്തീരുന്നു.

സംഭവങ്ങളും അവയോടനുബന്ധിച്ച അനുഭവങ്ങളും കണ്ണു കൊണ്ട് കണ്ടതും ചെവികൊണ്ട് കേട്ടതും, മൂക്ക് കൊണ്ട് മണത്തതും നാവുകൊണ്ട് രുചിച്ചതും ത്വക്ക്കൊണ്ട് സ്പർശിച്ചതും എല്ലാം മനസ്സ് കൊണ്ട് തിരിച്ചറിഞ്ഞ് വാ സനകളായി രൂപപ്പെടുന്നു. അതിനു ഒരു ഉദാഹരണം പറയുകയാണെങ്കിൽ :-

ഒരു ബേക്കറിയിൽ ചെല്ലുന്ന കുട്ടി അവിടെ നിരവധി ഭക്ഷ്യവസ്തുക്കൾ ഉണ്ടായിരുന്നാലും തിന്നു പരിചയമുള്ള അല്ലെങ്കിൽ തിന്നുഇഷ്ടപ്പെട്ട വസ്തു മാത്രമേ വാങ്ങുകയുള്ളൂ. സത്യത്തിൽ മറ്റുള്ളവയെ അവൻ പഞ്ചേന്ദ്രിയങ്ങളെകൊണ്ട് തിരിച്ചറിഞ്ഞിട്ടില്ല. അതിനാൽ അവയെ വാങ്ങി ഭക്ഷിക്കാൻ ആഗ്രഹിക്കുന്നില്ല. അതു കൊണ്ട് ഒന്ന് മനസ്സിലാക്കുക വാസനകൾ പഞ്ചേന്ദ്രിയ ബന്ധമുള്ളതാണ്. എല്ലാം നമ്മൾ അറിയുന്നത് പഞ്ചേന്ദ്രിയങ്ങളിൽക്കൂടിയാണ്. എന്നാൽ മനസ്സ് ഇവയെ തിരിച്ചറിയുന്നു. അപ്പോൾ ഒരു കാര്യം മനസ്സിലാക്കാം മനസ്സ്, ബുദ്ധി, അറിവ് എന്നിവയുമായി ചേർന്ന് വാസനകളെ വിശകലനം ചെയ്യുമ്പോഴാണ് ശീലങ്ങൾ ഉണ്ടായി വരുന്നത്. ഓരോ വ്യക്തിയുടെയും ബുദ്ധിയും അറിവും വിത്യാസപ്പെട്ടിരിക്കുന്നതിനാൽ ഒരേ വാസന തന്നെയുണ്ടായാലു അതിനെ സംബന്ധിച്ചുണ്ടാകുന്ന ശീലങ്ങൾ വ്യത്യസ്തമായിരിക്കും. ചീത്ത വാസനകൾ വരാതിരിക്കുവാൻ ശ്രമിക്കുന്നതായിരിക്കും ചീത്ത ശീലങ്ങൾ ഉണ്ടാവാതിരിക്കാനുള്ള മുഖ്യമാർഗ്ഗം.

അതുപോലെത്തന്നെ കുട്ടികളെ നല്ല വാസനകളിലേയ്ക്കും, സ്നേഹം, സഹിഷ്ണുത, ത്യാഗം, ലാളന തുടങ്ങിയവ ധാരാളമായി നൽഥിയും അവരുടെ മനസ്സിനെയും ബുദ്ധിയേയും ശാന്തമാക്കുകയും വെളിച്ചമുള്ളതാക്കുകയുമാണ് വേണ്ടത്.

50

# വായനയുടെ മഹത്വം (ഭാഗം-1)

മനുഷ്യ ജീവിതത്തെ വിജയത്തി ലേയ്ക്ക് നയിക്കുന്നതിലും സമഗ്രമായ ഒരു വ്യക്തിത്വത്തിന് രൂപം കൊടുക്കുന്നതിലും ഗ്രന്ഥ പാരായ ണത്തിന് വലിയ പ്രാധാന്യമാണു ള്ളത്. നിരന്തരമായ വാ യനയിലൂടെ മാത്രമേ ആർക്കും ഉന്നതമായ ഒരു വ്യക്തിത്വത്തിന് ഉടമയാകാൻ സാധിക്കുകയുള്ളു.

എന്നാൽ മനുഷ്യജീവിതത്തെ ഇത്രമാത്രം സ്വാധീനിക്കുന്ന വായനശീലം നാൾക്കുനാൾ കുറഞ്ഞു വരികയാണെന്നത് ഖേദ ത്തോടെ ഞാൻ ഇവിടെ ഓർക്കുകയാണ്.

വായനയ്ക്ക് പ്രഥമസ്ഥാനം നൽകേണ്ട വിദ്യാർത്ഥികൾ മാ ത്രമല്ല മുതിർന്നവരും ഈ കാര്യത്തിൽ വളരെ പിറകിലാണ്. മറ്റു ദൃശ്യ-ശ്രാവ്യ മാധ്യമങ്ങൾ ഇന്ന് വായനയുടെ സ്ഥാനം പിടിച്ചടക്കി യിരിക്കുകയാണ്. കേരളം സാക്ഷരതയുടെ കാര്യത്തിൽ മുന്നിലാ ണെന്ന് പറയുന്നുണ്ടെങ്കിലും, വായനാശീലം തീർത്തും ക്ഷയിച്ചു വരുകയാണെന്ന വസ്തുത വിസ്മരിക്കാൻ കഴിയുകയില്ല. ഇനി യെങ്കിലും വായനയെ വെറുപ്പോടെ വീക്ഷിക്കുന്ന മനോഭാവം മാറ്റി യെടുക്കുവാൻ എല്ലാവരും പ്രത്യേകിച്ച് വിദ്യാർത്ഥികൾ ആത്മാർ ത്ഥമായി പരിശ്രമിക്കേണ്ടതാണ്. സമരത്തിനും മറ്റു അനാവശ്യ കാര്യങ്ങൾക്കുമായി ചെലവഴിക്കുന്ന വിലപ്പെട്ട സമയം ഗൗരവ മേറിയ വായനക്കായി ഉപയോഗപ്പെടുത്തുകയാണെങ്കിൽ എണ്ണ മറ്റ നേട്ടങ്ങൾ കൈവരിക്കാൻ സാധിക്കും. സത്യത്തിൽ സദ്ഗ്രന്ഥ ങ്ങൾ വായിക്കുന്ന ശീലം ചെറുപ്പം മുതലേ വളർത്തിയെടുക്കുക യാണ് വേണ്ടത്.

അറിവിന്റെ മേഖലകൾ അറ്റം കാണാത്ത അലയാഴി പോലെ പരന്നു കിടക്കുകയാണ്. ശാസ്ത്രവും സാങ്കേതിക വിദ്യയും

ഓരോ ദിവസം കഴിയുംതോറും പുതിയ വിസ്മയങ്ങൾ സൃഷ്ടിച്ചു കൊണ്ടിരിക്കുകയാണ്. ആഴമേറിയ വായനക്കായി മുമ്പ് ചെലവഴിച്ചിരുന്നതിനേക്കാൾ കൂടുതൽസമയം നീക്കി വെച്ചാൽ മാത്രമേ അനുനിമിഷം വികസിച്ചുകൊണ്ടിരിക്കുന്ന വൈവിധ്യമാർന്ന വിജ്ഞാനചക്രവാളത്തെ കീഴടക്കാൻ നമുക്ക് കഴിയുകയുള്ളൂ.

പണ്ട് ഭാരതത്തിൻ ഗുരുകുല സമ്പ്രദായം നിലവിലുണ്ടായിരുന്ന കാലത്ത് വിദ്യാർത്ഥികൾ ഗുരുവിന്റെ സന്നിധിയിൽ നിരവധി വർഷങ്ങൾ ചെലവഴിച്ചാൽ മാത്രമേ വിജ്ഞാനം നേടാൻ കഴിയുമായിരുന്നുള്ളൂ. എന്നാൽ ഇന്നത്തെ സ്ഥിതി തികച്ചും വ്യത്യസ്തമാണ്. ചുരുങ്ങിയ സമയത്തിനുള്ളിൽ അപരിമിതമായ കാര്യങ്ങളാണ് നമുക്ക് ഇന്ന് അറിയുവാനായിട്ടുള്ളത്. അതു കൊണ്ടുതന്നെയാണ് എല്ലാവരും കൂടുതൽ സമയം വായനക്കായി വിനിയോഗിക്കണമെന്ന് പറയുന്നത്. ഇക്കാലത്ത് നാം സദ്ഗ്രന്ഥങ്ങളെ വേണ്ടത്ര ബഹുമാനിക്കുന്നില്ല എന്നതു തന്നെയാണ് നമ്മുടെ ഇപ്പോഴത്തെ ദുരവസ്ഥയ്ക്കും, സാംസ്ക്കാരികവും സാമൂഹ്യവുമായ അധ:പതനത്തിനും പ്രധാന കാരണം.

സദ്ഗ്രന്ഥങ്ങൾ വായിക്കുന്നത് കടന്നു പോയ നൂറ്റാണ്ടുകളിലെ മഹാത്മാക്കളുമായി സംഭാഷണം നടത്തുന്നതു പോലെയാണെന്ന് പ്രസിദ്ധ ശാസ്ത്രജ്ഞനും തത്ത്വചിന്തകനുമായ "റീനി ഡിസ്കാർട്ടീസ്" പറഞ്ഞിട്ടുണ്ട്. മഹാനായ അലക്സാണ്ടർ ചക്രവർത്തി രാജ്യങ്ങൾ കീഴടക്കാൻ പോകുമ്പോൾ ഹോമറിന്റെ വിശ്വപ്രസിദ്ധ ഗ്രന്ഥങ്ങളായ ഇലിയഡും ഒഡീസ്സിയും കൂടെ കൊണ്ടുപോകാറുണ്ടത്രെ. രാത്രിയുടെ അനന്തയാമങ്ങളിൽ നിശ്ചിത സമയം എന്നും വായനക്കായി അദ്ദേഹം ചെലവഴിച്ചിരുന്നു. ലോക ചരിത്രം തിരുത്തിക്കുറിച്ച കാറൽമാർക്സ് ഇംഗ്ലണ്ടിലെ ലൈബ്രറികളിൽ വായിക്കുവാനായി വിനിയോഗിച്ച സമയം വളരെയേറെയായിരുന്നു. വിശ്വവിഖ്യാതനായ സ്വാമി വിവേകാനന്ദൻ ആഴമേറിയ വായനയിലൂടെ ഭാരതീയ സംസ്ക്കാരത്തിന്റെ അടിവേരുകളായ ഉപനിഷത്തുക്കളുടെ ആശയങ്ങളും തത്ത്വങ്ങളും നമുക്ക് പകർന്നു തന്നത് ഇന്നും നമ്മുടെ കർമ്മപഥത്തിൽ ഒരു പ്രകാശ ഗോപുരമായി ശോഭിക്കുന്നു.

51

# വായനയുടെ മഹത്വം (ഭാഗം-2)

വെറുതെ എന്തെങ്കിലുമൊക്കെ വായിച്ചതുകൊണ്ട് ഒരു പ്രയോജനവും ലഭിക്കുകയില്ല. വായനയിൽ നിന്ന് നേട്ടം ലഭിക്കണമെങ്കിൽ വായിക്കുന്ന വിഷയത്തിൽ കൂടുതൽ ശ്രദ്ധ കൊടുക്കേണ്ടതായിട്ടുണ്ട്.

വായന രണ്ടു വിധത്തിലുണ്ട്. ഒന്ന് ശ്രാവ്യവായന മറ്റേത് മൗനവായന. നാം ചെറുപ്പത്തിൽ തുടങ്ങുന്നത് ശ്രാവ്യവായനയാണെങ്കിലും കാലക്രമത്തിൽ ശീലിക്കേണ്ടത് മൗനവായനയാണ്. അതുതന്നെയാണ് നാം പിന്നീട് തുടരേണ്ടതും. ചുണ്ടനക്കി വായിക്കുന്ന ശീലം തീർത്തും ഉപേക്ഷിക്കണം. അതിനു പ്രധാന കാരണം ചുണ്ടനക്കിവായിക്കുമ്പോൾ വായനയുടെ വേഗത കുറയുന്നതിനോടൊപ്പം മനസ്സിൽ അത് ഗ്രഹിക്കാനും താമസം നേരിടും. സാധാരണയായി ഒരു മനുഷ്യൻ വായിക്കുന്നത് മിനിട്ടിൽ 125 മുതൽ150 വരെ വാക്കുകളാണ്. എന്നാൽ ശരാശരിയിൽ നിന്നും ഉയർന്നവർ വായിക്കുന്നത് മിനിട്ടിൽ 300 മുതൽ 400 വാക്കുകളാണ്. വേഗത്തിൽ വായിക്കുന്ന

തുകൊണ്ടുള്ള മറ്റൊരു പ്രധാന ഗുണം മനസ്സിന്റെ ശ്രദ്ധ മറ്റു വിഷ യങ്ങളിലേയ്ക്ക് തെറ്റി പോകാതിരിക്കാൻ സാധിക്കും എന്നതാണ്. അതോടെ ഏകഗ്രതയും വർദ്ധിക്കും.

വായിക്കേണ്ട പുസ്തകങ്ങൾ തിരഞ്ഞെടുക്കുന്നതിലും നാം വളരെയധികം ശ്രദ്ധയും പ്രാധാന്യവും നൽകേണ്ടതായിട്ടുണ്ട്. കാരണം മനുഷ്യന്റെ അധമവികാരങ്ങളെ ചൂഷണം ചെയ്ത് അവനെ സർവ്വനാശത്തിലേയ്ക്കുംനയിക്കുവാൻ ഉതകുന്ന രീതിയിൽ ഇക്കാലത്ത് നിരവധി പുസ്തകങ്ങൾ പ്രസിദ്ധീകരിച്ചു വരുന്നുണ്ട്. നമുക്ക് പ്രചോദനവും, ശക്തിയും പകരുന്ന പുസ്തക

ങ്ങൾ മാത്രമേ വാങ്ങിക്കുകയും വായിക്കുകയും ചെയ്യാവൂ. തെറ്റായ സന്ദേശങ്ങൾ തരുന്ന പുസ്തകങ്ങൾ വായിക്കുന്നതു മൂലം നമ്മളിൽ ദുരാശകളും തെറ്റായ സങ്കല്പങ്ങളും കടന്നുകൂടുന്നുവെന്ന് മാത്രമല്ല, നമ്മുടെ മനസ്സും, ബുദ്ധിയും കൂടുതൽ ഇടു ങ്ങിയതും അന്ധകാരമയവുമായി തീരുകയും ചെയ്യും.

നമ്മുടെ ഉപബോധമനസ്സ് അവർണ്ണനീയമായ ശക്തിയുടെ ഉറവിടമാണ്. നമ്മുടെ ശരീരത്തിന്റേയും മനസ്സിന്റേയും പ്രവർത്തനങ്ങളെ നിയന്ത്രിക്കുന്നതിൽ ഉപബോധ മനസ്സിന് സുപ്രധാനമായ പങ്കുണ്ട്.

ഒരു പുസ്തകം വായിക്കുമ്പോൾ അതിലെ ആശയങ്ങൾ നമ്മുടെ ബോധമനസ്സിനേക്കാൾ സ്വാധീനിക്കുന്നത് നമ്മുടെ ഉപബോധമനസ്സിനെയാണ്. നമുക്ക് എപ്പോഴും ക്രിയാത്മകമായ സന്ദേശം ലഭിക്കേണ്ട ഉപബോധമനസ്സിൽ, മോശമായ പുസ്തകങ്ങൾ വായിക്കുകവഴി അധ:പതിച്ച ആശയങ്ങൾ കടന്നുകൂടിയാൽ പിന്നീട് അവയെ പുറന്തള്ളാൻ പ്രയാസമായിരിക്കും. അത് നമ്മുടെ ശോഭനമായ ഭാവിയെയും അതുവഴി ജീവിതവിജയത്തേയും പ്രതികൂലമായി ബാധിക്കും.

വായനകൊണ്ട് ധാരാളം നല്ല ഗുണങ്ങൾ നമുക്ക് ലഭിക്കുന്നുണ്ട്. വായനവഴി നമ്മുടെ മനസ്സും ബുദ്ധിയും കൂടുതൽ തെളിമയുള്ളതായിത്തീരുകയും ആന്തരികമായ ശക്തി വർദ്ധിക്കുകയും ചെയ്യുന്നു. നമ്മുടെ അറിവില്ലായ്മ കൊണ്ട് നമ്മളിൽ കടന്നു കൂടിയിട്ടുള്ള ദുർഗുണങ്ങൾ ഇല്ലായ്മ ചെയ്യാൻ വായന ഒരു പരിധി വരെ സഹായിക്കുന്നു.

ഇനി വിദ്യാർത്ഥികളോട് പറയാനുള്ളത്: പഠിക്കാനുള്ള വിഷയങ്ങളിൽ മാത്രം അറിവു നേടിയതുകൊണ്ട് ഈ ലോകത്ത് സംഭവിക്കുന്ന കാര്യങ്ങൾ അറിയണമെന്നില്ല. പാഠ്യവിഷയങ്ങൾക്കു പുറമെ നിരവധി പാഠ്യേതര വിഷയങ്ങളിലും നമ്മുടെ അറിവ് വ്യാപിപ്പിച്ചാൽ മാത്രമേ ദേശീയതലത്തിലുള്ള മത്സര പരീക്ഷകളിൽ വിജയം നേടാനും, ജീവിതത്തെ വിജയത്തിലേയ്ക്ക് നയിക്കാനും സാധിക്കുകയുള്ളൂ. ഒന്നു മനസ്സിലാക്കുക- ലോകചരിത്രത്തിൽ ഉന്നതമായ നേട്ടങ്ങൾ കൈവരിച്ചിട്ടുള്ള എല്ലാവരും ആഴമേറിയ വായനയുടെ ഉടമകളായിരുന്നു. വാർത്താ മാധ്യമങ്ങൾ, ആനുകാലിക പ്രസിദ്ധീകരണങ്ങൾ തുടങ്ങിയവയുമായി അവർ വളരെ അടുത്തബന്ധം സ്ഥാപിച്ചിരുന്നു.

വിജ്ഞാന ശേഖരണമെന്നത് പഠിക്കുന്ന കാലഘട്ടത്തിൽ

മാത്രം ഒതുക്കി നിർത്തേണ്ട കാര്യമല്ല. അത് മരണം വരെ തുടരേണ്ട തപസ്യയാണ്.

മറ്റു വാർത്താ മാധ്യമങ്ങളുടെ കടന്നുകയറ്റവും അതിനോടുള്ള നമ്മുടെ ആവേശത്തോടുകൂടിയ പ്രതികരണവുമാണ് വായനശീലം കുറയുന്നതിന് പ്രധാനകാരണം. യുവജനങ്ങളിൽ ഭൂരിഭാഗവും സിനിമ കാണുന്നതിനോ ടെലിവിഷനിലെ പരിപാടികൾ കാണുന്നതിനോ അണ് കൂടുതൽ താല്പര്യം കാണിക്കുന്നത്. അത് വായനാശീലത്തെ കാര്യമായി ബാധിച്ചിട്ടുണ്ട് എന്ന വസ്തുത മറച്ചുവെയ്ക്കാൻ കഴിയുകയില്ല.

www.ingramcontent.com/pod-product-compliance
Lightning Source LLC
LaVergne TN
LVHW090407051026
849518LV00006B/2264
* 9 7 8 8 1 1 9 7 7 0 2 7 4 *